ध्यान नियम

ध्यान करण्याचे सुलभ उपाय

बेस्टसेलर पुस्तक 'विचार नियम'चे रचनाकार सरश्री यांची अन्य श्रेष्ठ पुस्तकं

आध्यात्मिक विकास साधण्यासाठी या पुस्तकांचा लाभ घ्यावा

- जीवनाची दोन टोकं – ध्यान आणि धन
- रामायण वनवास रहस्य
- संत ज्ञानेश्वर – समाधी रहस्य आणि जीवन चरित्र
- मृत्यू उपरांत जीवन – मृत्यू मोका की धोका
- क्षमेची जादू – क्षमेचं सामर्थ्य जाणा, सर्व दुःखांपासून मुक्त व्हा
- प्रेम नियम – प्लॅस्टिक प्रेमातून मुक्ती
- आध्यात्मिक उपनिषद – सत्याच्या साक्षीने जन्मलेल्या 24 कथा
- विज्ञान मनाचे – मनाचे बुद्ध कसे बनाल

स्वविकासासाठी या पुस्तकांचा लाभ घ्यावा

- विचार नियम – आपल्या यशाचे रहस्य
- विकास नियम – आत्मसंतुष्टीचं रहस्य
- परिवारासाठी विचार नियम – हॅपी फॅमिलीचे सात सूत्र
- इमोशन्स वर विजय – दुःखद भावना व्यक्त करण्याची कला
- स्वसंवाद एक जादू – आपला रिमोट कंट्रोल कसा प्राप्त करावा
- साहसी जीवन कसं जगाल – अशक्य कार्य शक्य कसं कराल
- समग्र लोकव्यवहार – मैत्री आणि नातं निभावण्याची कला
- सुखी जीवनाचे पासवर्ड – दुःख, अशांती आणि उद्विग्नतेच्या कैदेतून सुखाला करा मुक्त
- जीवनाची 5 महान रहस्य – प्रेम, आनंद, मौन, समृद्धी आणि परमेश्वर प्राप्तीचा मार्ग
- वर्तमान एक जादू – उज्ज्वल भविष्याची निर्मिती आणि प्रत्येक समस्येवरील उपाय

युवकांनी या पुस्तकांचा लाभ घ्यावा

- आजच्या युवा पिढीसाठी – विचार नियम फॉर युथ
- नींव नाइन्टी फॉर टीन्स् – बेस्ट कसे बनाल
- श्रीरामांकडून काय शिकाल – नवरामायण फॉर टीन्स्

या पुस्तकाद्वारे प्रत्येक समस्येचं समाधान प्राप्त करा

- स्वास्थ्य प्राप्तीसाठी विचार नियम – मनःशक्तीद्वारे निरामय आरोग्य मिळवा
- स्वीकाराची जादू – त्वरित आनंद कसा प्राप्त करावा

या आध्यात्मिक कादंबऱ्यांद्वारे जीवनाचं गूढ रहस्य जाणा

- योग्य कर्मांद्वारे यशप्राप्ती – सन ऑफ बुद्धा
- शोध स्वतःचा – हरक्युलिसचा आंतरिक प्रवास
- पृथ्वी लक्ष्य – मृत्यूचं महासत्य
- दुःखात खुश राहण्याची कला – संवाद गीता

ध्यान रहस्य

बेस्टसेलर पुस्तक '**विचार नियम**'चे रचनाकार

सरश्री

ध्यान नियम

ध्यान करण्याचे सुलभ उपाय

Laws of Meditation

सर्वोच्च सफलता, सजगता आणि मन:शांतीसाठी

ध्यान नियम - ध्यान करण्याचे सुलभ उपाय

© Tejgyan Global Foundation

All Rights Reserved 2015.
Tejgyan Global Foundation is a charitable organization having its headquarters in Pune, India.

सर्वाधिकार सुरक्षित
'वॉव पब्लिशिंग्ज् प्रा. लि.'द्वारे प्रकाशित हे पुस्तक अशा अटीवर विकण्यात येत आहे, की प्रकाशकाच्या लेखी पूर्वअनुमतीविना ते व्यापाराच्या दृष्टीने अथवा अन्य प्रकारे उसने, भाड्याने अथवा विकत अन्य कोणत्याही प्रकारच्या बांधणीत अथवा अन्य मुखपृष्ठासह देता येणार नाही; तसेच अशाच प्रकारच्या अटी नंतरच्या ग्राहकावर बंधनकारक न करता आणि वर उल्लेखिलेल्या कॉपीराइटपुरत्या मर्यादित न ठेवता या पुस्तकाच्या कोणत्याही स्वरूपाच्या विनिमयास, तसेच कॉपीराइटधारक व वर उल्लेखिलेले प्रकाशक दोघांच्याही लेखी पूर्वअनुमतीविना इलेक्ट्रॉनिक, मेकॅनिकल, फोटोकॉपी, रेकॉर्डिंग इत्यादी प्रकारे या पुस्तकाचा कोणताही अंश पुनःप्रस्तुत करण्यास, जवळ बाळगण्यास अथवा सुधारित स्वरूपात प्रस्तुत करण्यास मनाई आहे.

प्रकाशक : वॉव पब्लिशिंग्ज् प्रा. लि., पुणे

प्रथम आवृत्ती : सप्टेंबर २०१६
पुनर्मुद्रण : डिसेंबर २०१७
पुनर्मुद्रण : डिसेंबर २०१९

ISBN : 978-81-8415-447-4

(सदर पुस्तकाची तेजज्ञान ग्लोबल फाउंडेशनद्वारे प्रथम आवृत्ती प्रकाशित झाली आहे.)

'ध्यान नियम' या मूळ हिंदी पुस्तकाचा मराठी अनुवाद

Dhyan Niyam - Dhyan Karnayche Sulabha Upay
By **Sirshree** Tejparkhi

अपूर्व मौनाची पूर्वतयारी

ध्यान करण्याचा निर्णय घेऊन
स्वतःच्या आयुष्यात प्रेम, आनंद आणि मौन
अशा ईश्वरीय गुणांना आमंत्रित करणाऱ्या
साधकांना हे पुस्तक समर्पित.

अनुक्रमणिका

प्रस्तावना

भाग १	ध्याननियम	१३
खंड १	**रामराज्यात प्रवेश**	**१७**
भाग २	पाच इंद्रियांचं प्रशिक्षण ध्यानाची सुरुवात	१९
भाग ३	सत्यरूपी सीता अभिव्यक्त व्हावी	२३
भाग ४	पाच इंद्रियांचं संपूर्ण ध्यान	२८
खंड २	**खऱ्या ध्यानाची सुरुवात**	**३५**
भाग ५	खरं ध्यान म्हणजे काय	३७
भाग ६	ध्यान म्हणजे काय	३९
भाग ७	ध्यानाचा खरा अर्थ	४०
भाग ८	ध्यानासंबंधीचे गैरसमज	४१
भाग ९	मन	४२
भाग १०	ध्यानाद्वारे इंद्रियांचं नियंत्रण	४३
भाग ११	ध्यानामुळे मन दिवसभर शांत राहतं	४६
भाग १२	ध्यान केल्याने होणारं परिवर्तन	४८

भाग १३	ध्यानाकडून आपल्याला नेमकं काय हवंय	५०
भाग १४	ध्यानाचे लाभ	५१
भाग १५	तिसरा लाभ	५२
भाग १६	पाचवा लाभ	५४
भाग १७	ध्यानसाधनेसाठीचं महत्त्वपूर्ण पाऊल	५६
भाग १८	ध्यानसाधनेचं दुसरं महत्त्वपूर्ण पाऊल	५६
भाग १९	ध्यान आणि निर्विचार अवस्थेतील समानता	५८
भाग २०	ध्यानात होणाऱ्या चुका	५९
भाग २१	ध्यानाचं खरं लक्ष्य आणि येणाऱ्या अडचणी	६०
भाग २२	मौन	६१
भाग २३	ध्यानामध्ये समजेचं महत्त्व	६२
भाग २४	ध्यानाचा पहिला शत्रू	६३
भाग २५	ध्यानाचा दुसरा शत्रू	६४
भाग २६	ध्यानाचा तिसरा शत्रू	६५
भाग २७	ध्यानामध्ये विधींचे महत्त्व आणि उद्देश	६५
भाग २८	ईश्वराच्या मूर्तींच्या आविष्काराची आवश्यकता	६७
भाग २९	ध्यान आपला खरा धर्म	६८
भाग ३०	समाधी	६९
भाग ३१	झोप आणि समाधीतील फरक	७०
भाग ३२	मोहमाया आणि तेजस्थान	७१
भाग ३३	ध्यानाची तयारी	७२
भाग ३४	ध्यानासाठी आवश्यक आसन आणि मुद्रा	७३

भाग ३५	ध्यानासाठी उपयुक्त वेळ आणि स्थान	७५
भाग ३६	ध्यानात लक्षात ठेवण्यायोग्य गोष्टी	७६
भाग ३७	बंद डोळे आणि ध्यानाचा संबंध	७७
भाग ३८	ध्यानात प्रार्थनेचं महत्त्वपूर्ण स्थान	७८
भाग ३९	मनन आणि ध्यान	७९
भाग ४०	विचारांना रोखण्याची कला	७९
भाग ४१	ए.बी.सी.डी. ध्यानाचा विधी	८१
भाग ४२	विचारांच्या आसक्तीपासून मुक्ती	८३
भाग ४३	ध्यान कुठं असावं	८६
भाग ४४	खऱ्या आनंदाची प्राप्ती	८७
भाग ४५	ध्यानाची योग्य दिशा	८८
भाग ४६	ध्यानात दोन मुख्य इंद्रियांना प्रशिक्षण	८९
भाग ४७	मोहमाया आणि 'स्व'वर ध्यान	९०
भाग ४८	ध्यानाचे योग्य प्रशिक्षण	९२
भाग ४९	व्यवधान	९३
भाग ५०	मोहमायेची आंधळी शर्यत	९३
भाग ५१	ध्यानामध्ये सातत्य	९४
भाग ५२	ध्यानात सफलतेची मान्यता	९५
भाग ५३	वाईट भावनांना थांबवून ठेवणे	९६
भाग ५४	ध्यानाचे महत्त्व	९७
भाग ५५	अदोष ध्यान	९८
भाग ५६	जाऊ द्या (जाने दो) ध्यान	१००

भाग ५७	स्वीकार ध्यान	१०७
भाग ५८	ध्यानदर्शन	११०
भाग ५९	मन आणि शरीराच्या वृत्ती	१११
भाग ६०	मनोवृत्तींची माहिती	११२
भाग ६१	तक्रारशून्य जीवन	११४
भाग ६२	आंतरिक मौनाची अवस्था	११७
भाग ६३	पिरॅमिड ध्यानातील महत्त्वपूर्ण पावलं	१२०
भाग ६४	प्रार्थना आणि ध्यानाचा संबंध	१२१
भाग ६५	पिरॅमिड ध्यानविधी	१२२

खंड ३ - ध्यानाची सर्वोच्च अवस्था — १२७

भाग ६६	ध्यानामध्ये पुढची वाटचाल कशी करावी	१२९
भाग ६७	तिसरा तेजलाभ	१३२
भाग ६८	पाचवा तेजलाभ	१३३
भाग ६९	ध्यान लक्ष्य	१३४
भाग ७०	ध्यानामध्ये शारीरिक हालचाली	१३५
भाग ७१	ध्यानामध्ये दृढता	१३६
भाग ७२	ध्यानाचा उच्चतम बिंदू	१३६
भाग ७३	ध्यानामध्ये सगळ्यात मोठी अडचण	१३७
भाग ७४	ध्यानाची आवश्यकता	१३९
भाग ७५	ध्यान आणि वेळ	१४०
भाग ७६	विचार आणि ध्यानाची अवस्था	१४०
भाग ७७	शरीराची बडबड	१४१

भाग ७८	शरीरावरून ध्यान हटवण्याची कला	१४२
भाग ७९	ध्यानामध्ये विकास	१४४
भाग ८०	सजगता	१४६
भाग ८१	ध्यानामध्ये असफलता	१४७
भाग ८२	ध्यानात सखोल जाणं	१४८
भाग ८३	स्वानुभवात स्थापित होणं	१५०
भाग ८४	मायेतून मुक्तता	१५२
भाग ८५	'मी कोण आहे?', 'हूं', उघड्या डोळ्यांचं ध्यान	१५५
भाग ८६	शरीर आणि सेल्फचा वियोग समजण्याची पद्धत	१५७
भाग ८७	वियोग ध्यानाची पद्धती	१५९
भाग ८८	जागृती ध्यान	१५९
भाग ८९	विचारांचा वास्तविक स्रोत	१६१
भाग ९०	निर्विचार अवस्था	१६४

परिशिष्ट

तेजज्ञान फाउंडेशन व
पुस्तकांची माहिती   १६८-१७६

या पुस्तकाचा लाभ कसा घ्यावा

१. प्रस्तुत पुस्तकाचा पहिला खंड प्रथम वाचावा. उर्वरित भाग आपण आपल्या इच्छेनुसार वाचू शकता.

२. आपण जर नियमित ध्यान करत असाल, तर पहिला खंड वाचल्यानंतर थेट तिसरा खंडही वाचू शकता.

३. प्रस्तुत पुस्तकात ९० भाग असून दररोज तीन भागांचं वाचन करावं, जेणेकरून हे पुस्तक आपण ३० दिवसात वाचून एका महिन्यात सखोल मनन करू शकाल.

४. ध्यानाचे लाभ जाणून घेतले तर ध्यान करणं सहजशक्य होईल. त्यामुळे ध्यान करणं ज्यांना खूप कठीण वाटतं, त्यांनी प्रथम ध्यानाचे लाभ (भाग क्रमांक १४, १५ आणि १६) आणि नंतर तेजलाभ (भाग क्रमांक ६६, ६७ आणि ६८) हे भाग वाचावेत.

भाग १

ध्याननियम

ध्याननियम : एक लाकूडतोड्या नेहमीच्या रस्त्यानं जात होता. काही अंतर चालल्यानंतर त्याला रस्त्यात एक चकाकणारा दगड दिसला. नेहमीपेक्षा वेगळा दगड दिसल्यानं लाकूडतोड्या भलताच खूश होऊन आश्चर्यमिश्रित नजरेनं तो दगड न्याहाळू लागला. इतक्यात तिथं एक जमीनदार आला. लाकूडतोड्याच्या हातातला दगड पाहताच जमीनदार मनोमन आनंदला. कारण तो साधारण दगड नसून अमूल्य हिरा असल्याचं त्याच्या लक्षात आलं होतं. लाकूडतोड्याला भोळा समजून जमीनदारानं त्या दगडाचा व्यवहार करायचं ठरवलं.

'तू हा दगड मला दे... मी तुला मोबदल्यात १० रुपये देईन.'

जमीनदाराच्या या बोलण्यावर लाकूडतोड्या म्हणाला, 'मी तुला हा दगड मुळीच देणार नाही.'

जमीनदारानं आणखी पैशांची लालूच दाखवत त्याला सांगितलं, 'ठीक आहे, पण मी याची २५ रुपयांपेक्षा जास्त रक्कम तुला देऊ शकणार नाही. आता तरी तो दगड मला दे!'

मग थोड्या वेळानं लाकूडतोड्या म्हणाला, 'मी थोडा विचार करून सांगतो.'

हे ऐकताच जमीनदारानं लाकूडतोड्याला, 'तू विचार कर, मी सायंकाळी पुन्हा गावात येईन' असं सांगितलं.

ठरल्याप्रमाणे संध्याकाळी जमीनदार गावात आला आणि त्यानं लाकूडतोड्याची भेट घेतली. 'मग, शेवटी काय ठरवलंस? २५ रुपयांमध्ये तो दगड तू मला देतोयस ना?'

यावर लाकूडतोड्या म्हणाला, 'मी तर तो दगड १०० रुपयांना विकलासुद्धा!'

लाकूडतोड्याचं उत्तर ऐकून जमीनदार रागाने लालबुंद होत म्हणाला, 'मूर्ख माणसा! तो साधारण दगड नव्हता, तो तर मौल्यवान हिरा होता. त्याची किंमत १ हजार रुपये होती आणि तू तो फक्त १०० रुपयांमध्ये विकलास!'

जमीनदार क्रोधवश बोलतच होता. त्याला मध्येच थांबवत लाकूडतोड्या म्हणाला, 'अरे वा! तुम्ही तर हिऱ्याची पारख करू शकत होता. मग तरीही तुम्ही मला एवढी कमी किंमत का बरं सांगितलीत? पण एक गोष्ट लक्षात घ्या, मी अजिबात मूर्ख नाहीये. कारण तो हिरा मी विकला नसून, त्याची खरी किंमत समजावी म्हणूनच मी तुमच्याशी खोटं बोललो.'

वाचकहो, या कथेतल्या लाकूडतोड्याला हिऱ्याची पारख नव्हती, पण त्याच्याजवळ जमीनदाराकडून त्याची खरी किंमत काढून घेण्याइतपत सामान्य ज्ञान मात्र नक्कीच होतं.

मग आता स्वतःला हा प्रश्न विचारून पाहा, 'मी ध्यानाचं खरं महत्त्व जाणतो का? मी ध्यानाला साधारण दगड तर समजत नाही ना? मी ध्यानरूपी अमूल्य हिऱ्याचं महत्त्व जाणूनही त्याकडे दुर्लक्ष करतोय का?'

'ज्या गोष्टीवर आपण ध्यान देता ती वृद्धिंगत होते' हा जीवनाचा एक महत्त्वपूर्ण **'ध्याननियम'** आहे. या नियमाचा उपयोग करून आता 'ध्यान' या विषयावर स्वतःचं लक्ष केंद्रित करा. यासाठी प्रस्तुत पुस्तक आपल्याला योग्य दिशा दाखवेल.

मुलांकडे योग्य प्रमाणात ध्यान दिल्यानं त्यांचा सर्वांगीण विकास होतो. त्यांचं व्यक्तिमत्त्व सद्गुणांनी बहरू लागतं. पण ज्या मुलांकडे ध्यान दिलं जात नाही, ती इतरांचं लक्ष स्वतःकडे खेचण्यासाठी आरडाओरड आणि आदळआपट करतात, हे आपण पाहिलंच असेल. थोडक्यात, मुलांचा समतोल विकास तेव्हाच होतो, जेव्हा पालक त्यांच्याकडे संतुलित प्रमाणात 'ध्यान' देतात. मग आत्मविश्वासानं भारलेली अशी मुलं स्वतःच्या जबाबदाऱ्या स्वतःच पार पाडतात.

तुम्हाला निरोगी आयुष्य हवं असेल तर, स्वतःचं ध्यान 'आरोग्या'वर केंद्रित करा. योग्य आहार, विहार आणि प्रकृतीनुरूप व्यायाम या गोष्टींमध्ये सातत्य ठेवा. मग तुमचं स्वास्थ्य आपोआप चांगलं होऊ लागेल.

सातत्याचं रहस्य जाणल्यानंतर तुमचं ध्यान आपोआप स्वास्थ्यवर्धक बाबींवर केंद्रित होईल. आपल्या आयुष्यात असलेल्या ध्येय, ज्ञान, भक्ती, प्रेम, आनंद, कुटुंब, सद्गुण, चांगले मित्र, संकटकाळी

धावून येणारे नातेवाईक अशा सकारात्मक बाबींवर ध्यान द्या.

अनेक वर्षांपासून ध्यानसाधना करणारे किंवा ध्यानाची नव्यानं सुरुवात करणारे साधक, अशा दोन्ही प्रकारच्या साधकांसाठी प्रस्तुत पुस्तक 'संपूर्ण मार्गदर्शिका'ची भूमिका बजावू शकतं. कारण यात ९० मुद्द्यांच्या आधारे ध्यानाबाबत सखोल समज प्रदान केली आहे. ध्यान म्हणजे मनुष्याच्या जीवनातला शुभ प्रवास! आपण ज्या ठिकाणी आहात, तिथून पुढच्या प्रवासाकरता 'ध्याननियम' आपल्याला दीपस्तंभाप्रमाणे मार्गदर्शन करेल.

प्रिय वाचकहो, कथेतल्या लाकूडतोड्यानं मोठ्या चलाखीनं हिऱ्याची खरी किंमत जाणली, तेव्हा आपणही ध्यानरूपी कोहिनूर हिऱ्याचं मोल ओळखून आणि ध्यानाची दौलत प्राप्त करून आत्मसमृद्ध होऊ या.

...सरश्री

खंड १
रामराज्यात प्रवेश

भाग २
पाच इंद्रियांचं प्रशिक्षण

ध्यानाची सुरुवात

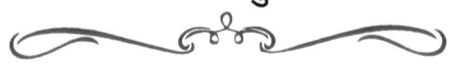

इंद्रियांचं प्रशिक्षण : एकदा राम नावाच्या एका व्यक्तीला नोकरीनिमित्त गाव सोडून शहरात यावं लागलं. नव्या शहरात येताच रामनं स्वतःसाठी भाड्यानं एक फ्लॅट घेतला. फ्लॅटचं नाव होतं 'अयोध्या.' त्यात रामसोबत काही मुलंसुद्धा राहतील, या अटीवर हा फ्लॅट मालकानं त्याला भाड्यानं दिला होता. रामकडे दुसरा कुठलाही पर्याय नसल्यानं त्याला ही अट मान्य करावीच लागली. आता नवीन फ्लॅटमध्ये त्याची दिनचर्या सुरू झाली.

पहिल्याच दिवशी राम ऑफिसमधून थकून आल्यानं त्याला लगेचच झोप लागली. दुसऱ्या दिवशी उठताच तो चहा घेण्यासाठी किचनमध्ये गेला. हॉलमध्ये येऊन टीव्ही बघत चहाचा आस्वाद घ्यावा, या विचारानं तो चहाचा कप घेऊन तिथं आला. त्या वेळी तिथं काही मुलं चित्र काढण्यात मग्न होती. प्रथम तर त्यांना बघून रामला गंमतच वाटली.

रामला पाहताच सगळी मुलं त्याच्याभोवती जमली आणि त्यांनी 'पहिल्यांदा माझं चित्र पाहा' असा धोशा लावला. त्यांना शांत करत रामप्यारेनं सर्वांना त्यांची नावं विचारली. त्या मुलांची नावं होती- चिंपू, टिंगू, कन्नू, मन्नू, अक्की आणि नकुशा.

नावं सांगितल्यानंतर मुलांनी पुन्हा भांडायला सुरुवात केली, 'आधी माझं चित्र बघा... मला किती मार्क मिळतील बरं... माझंच चित्र सगळ्यात छान झालंय...' असं म्हणत मुलांनी रामला त्रास द्यायला सुरुवात केली. मग रामनं एकेकाचं चित्र बघण्याचा प्रयत्न केला.

सर्वप्रथम चिंपूनं स्वतः काढलेलं चित्र दाखवलं, ज्यामध्ये एक मनुष्य होता. त्याच्याकडे बोट दाखवत चिंपू रामला म्हणाला, 'माझ्या या मित्राला भेटा, त्याच्यासोबत शेक हँड करा...' राम चहाचा आस्वाद घेत ते चित्र पाहू लागला.

चिंपूनंतर टिंगू आला. टिंगू मोठमोठ्याने शिट्टी वाजवत, मस्ती करत पूर्ण खोलीभर धावू लागला. तो मुलांमध्ये सगळ्यात छोटा असूनदेखील सर्वांना अतिशय त्रास देत होता. मध्येच घुसत तो म्हणाला, 'पहिलं मी काढलेलं दिवाळीच्या मिठाईचं चित्र तर बघा.' रामनं बघितलं, की त्यामध्ये वेगवेगळ्या प्रकारच्या मिठाईचं चित्र रेखाटण्यात आलं होतं.

मन्नू मुलांमध्ये भांडणं लावण्याची कामं करत होता. त्यानंतर रामचं लक्ष छोट्या नकुशावर गेलं. ती एका कोपऱ्यात बसून स्वतःच काढलेलं चित्र न्याहाळत होती. रामनं तिच्याजवळ जाऊन तिला चित्र दाखवायला सांगितलं. त्यानं बघितलं, नकुशानं वेगवेगळी रंगीबेरंगी फुलं रेखाटली होती. ती रामला म्हणाली, 'माझ्या चित्रांना सर्वांत जास्त गुण मिळायला हवेत... बघा, त्यामधून किती छान सुगंध येतोय ते!' नकुशाच्या या वाक्यावर राम केवळ हसला.

तेवढ्यात अक्की धावत आला. त्यानं रामच्या हातात रंगांचा डबा देत गर्वानं म्हटलं, 'बघा, मी इंद्रधनुष्य बनवलंय. इतरांपेक्षा सर्वांत जास्त रंग माझ्याकडे आहेत.' चहा पित-पितच सर्व मुलांनी काढलेली चित्रं बघून राम त्रस्त होत होता.

आता कन्नूचा नंबर आला. त्यानं ढोलकी, सारंगी, हार्मोनिअम, बासरी अशा विविध वाद्यांची चित्रं रेखाटली होती. कन्नूनं काढलेलं चित्रदेखील रामनं पाहिलं.

'मी काढलेलं चित्रच सर्वांत सुंदर आहे... मलाच सर्वाधिक गुण मिळायला

हवेत...' असं म्हणत सर्व मुलं रामच्या मागं लागली. राम पुरता गोंधळून गेला होता. मोठ्या कष्टाने मुलांना शांत करत तो म्हणाला, 'सर्वांत सुंदर चित्र कोणी काढलंय, हे मी तुम्हाला आज नाही, उद्या सांगेन!'

दुसरा दिवस उजाडला. पण रामनं दुसऱ्या दिवशीदेखील यावर निर्णय देणं टाळलं. अशा प्रकारे तो सर्वोत्कृष्ट चित्र काढणाऱ्या मुलाचं नाव सांगणं टाळत होता. मग मुलांनी त्याचं नावच 'अंकल' ठेवलं. राम नेहमीच चहा पितो; हे बघून मुलांनी त्याला 'ऑन्टी' म्हणणंही सुरू केलं. ऑन्टीचा अर्थ आहे, लिविंग ऑन टी!

या दरम्यान मन्नू इतर मुलांमध्ये भांडणं लावत होता. तो इतरांनी काढलेली चित्रं चोरून 'हे चित्र मी काढलंय' असं सांगत होता. इतरांची चित्रं खराब करण्याच्या उद्देशानं तो त्यांच्यावर रंग टाकत होता, जेणेकरून त्यांना कमी मार्क्स मिळावेत. तो रामकडे त्यांची चुगलीही करत असे. रामला मन्नूचं बोलणं अनेक वेळा खरं वाटायचं. परिणामी इतर मुलं दुःखी होत. पण ती त्यांचं दुःख कोठे व्यक्त करणार? स्वतःचं दुःख व्यक्त करण्यासाठी ही मुलं हॉलमध्ये आरडाओरड करून गोंधळ घालत. मग थोड्या वेळाने पुन्हा चित्र काढायला बसत. हे सर्व करता-करता दिवस कसा जातोय, हे रामच्या ध्यानातही येत नव्हतं.

वाचकहो, ही रूपककथा वाचून तुम्ही विचार करत असाल, की राम आणि ही मुलं आहेत तरी कोण? तर ही तुमचीच कहाणी आहे. तुम्ही स्वतःच्या खऱ्या अस्तित्वाला विसरून जेव्हा स्वतःला शरीर समजता, तेव्हा कसा गोंधळ उडतो, हे प्रस्तुत कहाणीद्वारे सांगितलं आहे.

ही रूपककथा असून आता यातील प्रतीकांचा अर्थ समजून घेऊ या.

प्रतीक		**प्रतीकाचा अर्थ**
◆ **अंकल-ऑंटी**	-	आपण जे स्वतःला (स्त्री किंवा पुरुष) मानून जगतोय ते.
◆ **फ्लॅट (अयोध्या)**	-	मनुष्याचं शरीर.
◆ **राम**	-	तुमचं खरं 'स्व'रूप (सेल्फ).

- ◆ **सीता** — सत्य.

- ◆ **सहा मुलं** — आपली पाच इंद्रियं आणि मन.

१. **चिंपू** — चामडी/त्वचा.

२. **टिंगू** — टंग म्हणजेच जीभ.

३. **कन्नू** — कान.

४. **मन्नू** — मन.

५. **अक्की** — आँखे म्हणजेच डोळे.

६. **नकुशा** — नाक.

भाग ३

सत्यरूपी सीता अभिव्यक्त व्हावी : सीता म्हणजे सत्याचं प्रतीक! जे आपल्या अंतरंगातच स्थित आहे. तर सत्यरूपी सीता कशा प्रकारे आणि का अभिव्यक्त व्हायला हवी? याविषयी वरील रूपककथा वाचून नेमका कोणत्या बाबीकडे इशारा केला जातोय, हे आपल्या थोडंफार लक्षात आलं असेलच! आपल्याला कोणी अंकल किंवा आँटी म्हणत असेल तर समजून घ्या, की कोणीतरी आपल्याला स्वअनुभव आठवण्याचा संकेत देत आहे.

प्रस्तुत कथेत 'अयोध्या' नावाचा 'फ्लॅट' म्हणजे आपल्या शरीराचं प्रतीक असून आपण आहोत, 'राम'. अर्थातच 'सेल्फ' किंवा 'परमचैतन्य'. तशी या शरीरात सहा मुलं राहतात. म्हणजेच पाच इंद्रियं आणि सहावं मन. कथेतील मुलांची नावं थोडी गमतीशीर वाटत असतील, पण त्यांचा नेमका अर्थ समजून घेऊ :

चिंपू चामडीचं म्हणजेच त्वचेचं प्रतीक आहे. त्वचेला नेहमी सुखद स्पर्श हवाहवासा वाटतो. म्हणूनच चिंपू चित्रातल्या मनुष्यासोबत शेक-हँड करायला सांगतो. टिंगू म्हणजे टंग (जीभ). जिभेला नेहमी स्वादिष्ट आणि लज्जतदार भोजन हवं असतं. म्हणूनच टिंगू मिठायांचं चित्र रेखाटतो. शिवाय, टिंगू सतत शिटी वाजवतो, म्हणजेच मनुष्य दिवसभर बडबड करून स्वतःलाच त्रास करून घेतो.

कन्नू कानाचं प्रतीक आहे. कानांना ओढ असते मधुर संगीत ऐकण्याची! म्हणूनच कन्नू वाद्यांचं चित्र काढतो. नकुशा म्हणजे नाक. नाक नेहमी सुगंधाप्रति आसक्त असतं. याच कारणास्तव नकुशा सुगंधी फुलांना चित्ररूपात प्रस्तुत करते. तर, अक्की म्हणजे आँख अर्थातच डोळे! साहजिकच अक्की स्वतःच्या चित्रातून सप्तरंगी इंद्रधनुष्य चितारण्याचा प्रयत्न करतो आणि सर्वांत शेवटी येतो 'मन्नू'. मन्नू या नावावरूनच मनाचा अर्थबोध होतो. मन सर्वांनाच त्रस्त करून सोडतं. इतरांच्या चांगल्या कार्याचं श्रेय (क्रेडिट) स्वतः घेतं. मन्नूच्या अशा उपद्व्यापांमुळे इतर इंद्रियांनाही त्रास होतो.

आपण ध्यानमग्न होण्याचा प्रयत्न करताना ही सर्व मुलं त्रास देऊ लागतात. इंद्रियांच्या रूपकाद्वारे हे सांगण्यात आलंय, की ज्यावेळी आपण ध्यानासाठी बसतो, त्यावेळी आपले कान कोणत्या मधुर ध्वनीमध्ये अडकतात, याचं तटस्थपणे निरीक्षण

करावं. शिवाय, आपली जीभ विनाकारण कुठे बडबड करते, मन कसं इतरांच्या वागण्यातले दोष काढू लागतं, हे सुद्धा तटस्थपणे पाहायचंय.

आपण मनाची विचारपूस कधीच करत नसल्यानं ते मनमानी करतं. मग ते सर्वांनाच त्रासदायक ठरू लागतं. आपण शेजाऱ्यांना चहाला बोलावतो आणि गप्पांच्या ओघात, 'बघा! ही मुलं किती त्रास देतात ना...' असं म्हणतो. शेजारीही तुमच्या सुरात सूर मिसळतात, 'अहो, काय सांगू! आमचीही मुलं असाच त्रास देतात. मग आम्ही काय करतो, त्यांना जे हवंय ते तत्काळ देऊन टाकतो. त्यानंतर ती निदान गप्प तरी बसतात.' हळूहळू तुम्हाला हे जाणवतं, की तुमच्या बिल्डिंगमधले सर्वच लोक प्रत्येक मुलाचा हट्ट पुरवून त्यांना शांत करतात. मग तुम्हीही इतर लोक वापरत असलेलं सूत्र अंगीकारता. ते सूत्र म्हणजे, 'मुलांचे सर्व हट्ट पुरवा आणि त्यांना शांत करा.' म्हणजेच सर्व इंद्रियांच्या इच्छा पूर्ण करा, जेणेकरून ती शांत बसतील.

मुलांच्या सर्व इच्छा पूर्ण करताना आपण एक गोष्ट मात्र विसरतो. ती म्हणजे, आपल्या या सवयीमुळे मुलं तात्पुरती शांत झाल्याचं भासतं. पण प्रत्यक्षात ती आणखीच बिघडतात. अगदी याच प्रकारे, इंद्रियांच्या सर्व इच्छा पूर्ण केल्याने इंद्रियांची मनमानी वाढू लागते. परिणामी, सर्व इंद्रियं स्वतःच्या मागण्या पूर्ण करण्याचा अट्टहास धरतात. याच कारणास्तव, राम (सेल्फ) ज्या फ्लॅटमध्ये (शरीरामध्ये) आनंदाची अभिव्यक्ती करण्यासाठी गेला होता, तिथेच तो इंद्रियांच्या दुनियेत अडकून पडला. कसं ते एका काल्पनिक रूपकाद्वारे आपण समजून घेऊ.

एके दिवशी राम गुरूंना चहा पिण्यासाठी फ्लॅटवर आमंत्रित करतो. ते त्याच्या विनंतीला मान देऊन फ्लॅटवर येतातही, पण रामची दयनीय अवस्था पाहून विचारतात, 'राम, 'रामराज्य' कोठे आहे?' गुरूंच्या शब्दांमागील गहन अर्थ न समजल्यानं राम त्यांनाच प्रतिप्रश्न करतो, 'रामराज्य? कोणतं रामराज्य? तुम्ही काय विचारताय? मला काहीच समजत नाहीए.'

गुरुजी रामच्या शंकेचं समाधान करताना त्याला सांगतात, 'राम, तुझ्या फ्लॅटचं नाव तर 'अयोध्या' आहे. पण प्रत्यक्षात ही रामाची अयोध्यानगरी नसून हे तर रावणाचं राज्य दिसतंय. तुझ्या फ्लॅटची अवस्था तर खूपच दयनीय आहे. तुझी सर्व मुलं (इंद्रियं) पार बिघडली आहेत. तुला स्वतःचं घर (शरीर) जर 'रामराज्य' (अयोध्या) बनवायचं असेल, तर सर्वप्रथम तुझ्या मुलांना प्रशिक्षित करावं लागेल. अन्यथा, तुझ्या अयोध्येची

लंकानगरी व्हायला मुळीच वेळ लागणार नाही.'

हताश झालेला राम गुरु जींना म्हणतो, 'पण गुरुजी, मी ही इंद्रियं, ही मुलं सांभाळू शकत नाही. माझा त्यांच्यावर ताबा नाही. कारण ती फारच बदमाश आहेत. ती असताना माझा फ्लॅट 'अयोध्या' कसा होणार?'

रामच्या उत्तरावर गुरुजी म्हणतात, 'तुझ्या मूळ चुकीमुळेच हे घडतंय.'

या उत्तरावर रामनं गुरूंकडे विचारणा केली, 'माझी मूळ चूक कोणती गुरुजी?'

आता गुरुजींनी मूळ मुद्द्याकडं इशारा करत विचारलं, 'प्रथम हे सांग, की सीता (सत्य, अनुभव) कुठंय?'

'ती तर स्वयंपाकघरात आपल्यासाठी चहा बनवत आहे.'

'हीच तर मूळ चूक आहे. सीता पूर्ण दिवस तुझ्यासाठी चहा बनवतेय! पण तू जर तिला बाहेर आणलं असतं, तर तिनं खऱ्या अर्थानं तुला मदत करून तीही अभिव्यक्त झाली असती.'

'पण गुरुजी, मला खूप झोप येते आणि मुलंही त्रास देतात. त्यामुळं मी तिला चहा करण्यासाठी स्वयपांकघरातच ठेवलंय.'

'राम, पण सीता बाहेर आली तर मुलांना आईचं प्रेम मिळेल. मग ती शांत, सुस्वभावी आणि आज्ञाधारक बनतील. त्यामुळे ती तुझ्याकडे वारंवार हट्टही करणार नाहीत.'

गुरुर्जीचा उपदेश रामला पटला आणि त्यानं गुरुजींची आज्ञा शिरसावंद्य मानून तिचं पालनही केलं.

या उदाहरणात सीता म्हणजे सत्याचं प्रतीक असून आपण राम (खरा मी, परम चैतन्य) आहोत. रामराज्य आणण्यासाठी सर्वप्रथम आपल्या अंतर्यामी वसणारा राम (स्वानुभव) जागृत व्हायला हवा. कारण अज्ञानवश मनुष्य बेहोशीत अडकतो. त्यामुळेच त्याला सतत वाईट सवयींचा आणि व्यसनांचा आधार घ्यावा लागतो. ही बाब समजावी, यासाठी प्रस्तुत उदाहरणात राम सतत चहा पित असल्याचं दाखवण्यात आलंय. शिवाय, सीता नेहमी चहा बनवण्यात व्यस्त असते; याचा अर्थ, बेहोशीमुळे सीतारूपी सत्य अभिव्यक्त होऊ शकत नाही. प्रेम, आनंद आणि शांती प्रस्थापित करू शकणारं सत्य,

आविष्कृत न होता अंतर्यामीच राहतं. सत्य जेव्हा आविष्कृत होईल, तेव्हा आपण अंतर्बाह्य जागृत व्हाल. मग सर्व इंद्रियं आपल्या आधिपत्याखाली येतील.

मनुष्य सर्व इंद्रियांमध्ये अडकून पडलाय. त्याचे डोळे नेत्रसुखद दृश्य पाहण्यासाठी आतुर असतात... जीभ स्वादिष्ट भोजनासाठी आसुसलेली असते. त्वचेला मऊ, मुलायम स्पर्श हवा असतो, तर नाक सुगंधाच्या शोधात असतं आणि कानाला ऐकायचं असतं सुश्राव्य, सुमधुर संगीत! वैज्ञानिक दृष्टिकोनातून पाहिल्यावर हे समजेल, की डोळ्यांना एखादा विशिष्ट रंग जरी दिसत असला, तरी प्रत्यक्षात तो नसतोच. कोणत्याही वस्तूतून जो रंग बाहेर फेकला जातो, तो डोळ्यांकडे पाठवला जातो. म्हणजेच हिरव्या रंगाची वस्तू हिरवी का दिसते? कारण त्या वस्तूनं हिरवा रंग उत्सर्जित केलेला असतो. थोडक्यात, आपली इंद्रियं आपल्याला पूर्ण सत्य दाखवत नाहीत. याचप्रकारे रामही भ्रामक गोष्टींत अडकून, इंद्रियांच्या मायाजालात फसून सत्यापासून, वास्तवापासून दूर जातो.

ज्या उद्दिष्टपूर्तीसाठी राम अयोध्येत राहायला जातो, ते तर अपूर्णच राहतं. कारण त्याच्यासोबत राहणारी मुलं अप्रशिक्षित असतात. त्यांनी रामला 'अंकल, आँटी' केलेलं असतं. म्हणजेच स्त्री किंवा पुरुष या मर्यादेत बांधलेलं असतं. मात्र त्याचे गुरू त्याला आठवण करून देतात, 'तू केवळ स्त्री किंवा पुरुष नाहीयेस. तू तर धर्म, जात, लिंग, पंथ, स्थळ, काळ, आकार या सर्वांच्या पलीकडे वसणारं परमचैतन्य आहेस.' रामनं गुरूंच्या पहिल्या आज्ञेचं पालन करत सीतेला स्वयंपाकघरातून बाहेर आणलं. म्हणजेच त्यानं अंतर्यामीच्या सत्याचा आविष्कार घडवला.

आता गुरुजींनी रामला दुसरी आज्ञा दिली, 'तू सीता आणि सर्व मुलांना घेऊन फ्लॅटच्या टेरेसवर जा.' आज्ञेचं पालन करत तो मुलांना टेरेसवर घेऊन गेला. गुरुजींनी त्याला पुढं सांगितलं, 'आता चिंपूला थोडा वेळासाठी शांत बसायला सांग. आपल्या बाजूला टिंगूला बसवून एका हातानं त्याचं तोंड बंद कर. नकुशाला फुलांचा सुगंध देऊन श्वासावर लक्ष केंद्रित करायला प्रेरित कर. अक्कीला 'नारंगी' रंगावर ध्यान द्यायला सांग आणि कन्नूचे कान बंद ठेव. मन्नूला फटाके उडवायला, रॉकेट पेटवायला सांग. अशा प्रकारे सर्व मुलांना सीतेसोबत आपल्या बाजूला बसवून केवळ मन्नूला टेरेसवर मोकळं सोड.'

रामनं गुरुजींच्या आज्ञेचं पालन केलं. थोड्याच वेळात त्याच्या लक्षात आलं, की सर्व मुलं नियंत्रणात आली असून केवळ मन्नूच टेरेसवर 'मी किती ग्रेट... मी फटाके

लावले... मी रॉकेट उडवलं' असं म्हणत फुशारकी मारतोय. गुरुजींच्या दुसऱ्या आज्ञेचा अर्थ असा होता, की आपण आपली सर्व इंद्रियं नियंत्रणात आणायला हवीत. डोळे बंद करून नाकाद्वारे श्वासावर लक्ष केंद्रित करावं. हाताची मुद्रा बनवून मनातील विचारांना साक्षीभावानं पाहावं. अशा प्रकारे आपण सर्व इंद्रियांवर नियंत्रण मिळवू शकाल.

मनात ज्यावेळी विचारांचा कल्लोळ उठेल, त्यावेळी त्यांच्याकडे बघून केवळ हसावं. मनात विचारांचं रॉकेट किती वेळ उडवलं जातंय, हे केवळ साक्षीभावानं पाहायचंय. मग विचारांमागे धावणारं मन एका क्षणी शांत होईल. मनाला सतत वादविवाद करण्याची आणि समस्या सोडवण्याची भलतीच हौस असते! पण जेव्हा मनाचा हा खेळ प्रकाशात येतो, तेव्हा ते आपोआप शांत होऊ लागतं.

मन शांत होताच तुम्ही इंद्रियरूपी सर्व मुलांना मोकळं सोडाल. कारण आता ती नियंत्रणाखाली असतील. मग चिंपू चित्र काढेल, पण तो चित्रातील मुलाशी हस्तांदोलन करण्यासाठी हट्ट धरणार नाही. उलट तो म्हणेल, 'सर्वांनी परस्परांशी प्रेमानं हात मिळवा.' थोडक्यात, चिंपू कोणत्याही सुखद स्पर्शाचा गुलाम होणार नाही.

नकुशा आता सुगंध घेण्याऐवजी सुगंध वाटण्याचं काम करेल. अक्की आता नारंगी रंगाचा उपयोग करण्यास सुरुवात करेल. नारंगी म्हणजे ना-रंगी. अर्थात, कोणत्याही रंगाशिवाय असणारा शुद्ध, मूळ भक्तिरंग! म्हणजेच अक्की सर्व चित्रं भक्तिरंगात रंगवेल. मिठाईतील रस शोधणारा टिंगू आता भजन गाण्यात रममाण होईल, तर कन्नू धन्यवादाची धून वाजवेल. आता सर्व इंद्रियांना व्यवस्थित काम मिळालं. मन्नूनं भांडण करणं, श्रेय लाटणं बंद केल्यानं सर्व इंद्रियं नियंत्रणाखाली आली. थोडक्यात, ध्यानाद्वारे मनाला नियंत्रणात आणलं तर, सर्व इंद्रियांवर विजय मिळवता येतो.

आता हेच समजून घेऊ या, एका ध्यानप्रक्रियेद्वारे! आपली सर्व इंद्रियं शरीरापासून वेगळी आहेत, हे समजून घेण्यासाठी प्रथम खाली दिलेलं ध्यान वाचून समजून घ्या आणि त्यानंतरच करा.

भाग ४

पाच इंद्रियांचं संपूर्ण ध्यान

संपूर्ण ध्यान : संपूर्ण ध्यान म्हणजे आपल्याला अंतर्यामीच्या केंद्रावर घेऊन जाणारं ध्यान! एका अर्थानं हे 'स्व'ध्यान आहे. कारण 'स्व'ध्यानात अनुभवकर्ता 'स्व-अस्तित्वा'चा अनुभव घेतो.

हे ध्यान खाली दिलेल्या प्रक्रियेनुसार सुरू करा. पण त्याआधी ध्यानप्रक्रिया अनेक वेळा वाचून समजून घ्या. तुम्ही ध्यानाबाबतच्या सर्व सूचना टेपरेकॉर्डरमध्ये रेकॉर्ड करूनही त्यांचं पालन करू शकता.

१. आपण निश्चित केलेल्या ध्यान मुद्रेत डोळे बंद करून बसा. ध्यानाच्या सुरुवातीला काही विशेष अनुभवाची अपेक्षा न ठेवता उत्तम परिणाम मिळण्यासाठी प्रार्थना करा.

२. शरीराला स्थिर ठेवून आपल्या चारही बाजूंना सुरू असलेले आवाज ऐका. कमीतकमी पाच वेगवेगळे आवाज ओळखा. यामध्ये घाई अजिबात करू नका. शांत मनाने एक आवाज ऐकल्यानंतर आपले ध्यान दुसऱ्या आवाजावर केंद्रित करा. एकाच आवाजात अडकून राहू नका. केवळ तो जाणून नवीन आवाज ओळखण्याचा प्रयत्न करा.

३. आवाजांचे वेगवेगळे प्रकार असतात. जसं- पंखा फिरताना होणाऱ्या आवाजातही अनेक सूक्ष्म आवाज दडलेले असतात. हे सर्व सूक्ष्म आवाज जाणण्याचा प्रयत्न करा. लोकांच्या बोलण्याचा आवाज, भांड्यांचा आवाज, वेगवेगळ्या वाहनांचा तसेच त्यांच्या हॉर्नचा आवाज, एखादी वस्तू पडल्याचा आवाज, चालण्याचा आवाज, टीव्हीचा, रेडिओ चा किंवा टेपरेकॉर्डरचा आवाज, पक्ष्यांचा किलबिलाट, वाहत्या पाण्याची झुळझुळ, शिट्टीची शिळ, हसणं अथवा रडणं असे सर्व आवाज ओळखा. ज्यावेळी कोणताही आवाज नसेल, त्यावेळी अंतरीचा मौननाद जाणण्याचा प्रयत्न करा, शांततेचा अनुभव घ्या.

४. आपल्या चारही बाजूंना असणारे सर्व आवाज ऐकण्याचा प्रयत्न करा. विमानाच्या आवाजात विविधता असते. म्हणून सूक्ष्मापेक्षाही सूक्ष्म आवाज ओळखा. आपलं ध्यान चारही बाजूंनी येणाऱ्या आवाजांवर केंद्रित करा. कमीतकमी ५ वेगवेगळे आवाज ऐका. मग ते मोठे, मध्यम किंवा लहान असतील तरी ऐका.

५. पाच वेगवेगळे आवाज ऐकल्यानंतर स्वतःला प्रश्न विचारा, 'मी म्हणजे हा आवाज आहे का?' 'मी हा आवाज नसून आवाजाला जाणणारा आहे', हे उत्तर येईल. अशावेळी अंतर्मनात डोकवा, 'हा जाणणारा कोण आहे?' आता स्वतःलाच सांगा, 'मी आवाज नाही.'

६. आवाज ऐकल्यानंतर आपलं ध्यान आजूबाजूच्या वातावरणावर केंद्रित करा. तुम्ही जेथे ध्यानाला बसलाय, तेथील चहूबाजूचं

वातावरण अनुभवा. जसं- वातावरणात गरमी आहे की थंडी, कोरडेपणा आहे की आर्द्रता, शरीर हलकं वाटतंय की जड किंवा वाऱ्याचा वेग कमी आहे की जास्त, या सर्व बाबींचा अनुभव घ्या.

७. आता स्वतःला प्रश्न विचारा, 'मी म्हणजे हे वातावरण आहे का?' तेव्हा उत्तर येईल, 'नाही... मी म्हणजे हे वातावरण नसून त्याचा अनुभव करणारा आहे.' मग अनुभवकर्त्याला अनुभवण्याचा प्रयत्न करा. स्वतःला सांगा, 'मी हे वातावरण नाहीये.'

८. आता तुमचं ध्यान शरीरावर केंद्रित करा. शरीरात जाणवणाऱ्या वेदनेला अनुभवाने जाणण्याचा प्रयत्न करा. यावेळी शक्यतो शरीराची कोणत्याही प्रकारची हालचाल होऊ देऊ नका.

९. संपूर्ण शरीरात जेथे हलकेपणा किंवा जडपणा अनुभवास येत असेल अथवा जिथं शरीराला कपड्यांचा स्पर्श होत असेल, हवा जाणवत असेल, खाज किंवा कोरडेपणा जाणवत असेल तर तो हिस्सा अनुभवाच्या स्तरावर जाणा. अशा प्रकारे शरीरातल्या प्रत्येक स्थूल अथवा सूक्ष्म संवेदना पाहा.

१०. ध्यानात 'पाहणे' याचा अर्थ आहे 'जाणणे'. जाणण्याच्या या प्रक्रियेदरम्यान कोणतीही कल्पना न करता केवळ अनुभवा. वर्तमानात जे होतंय, त्यापासून दूर पळण्याऐवजी तो क्षण 'जसा आहे तसा' केवळ अनुभवा. हे सर्व जाणल्यानंतर स्वतःला प्रश्न विचारा, 'मी म्हणजे या संवेदना आहे का?' त्यावेळी आपण उत्तर द्याल, 'नाही! मी केवळ त्यांना जाणणारा आहे.'

११. आता आपलं ध्यान श्वासावर केंद्रित करा. श्वास कसा सुरू आहे, हे सहजतेने पाहा. कोणत्या नाकपुडीतून हवा आत जातेय किंवा बाहेर येतेय, हे अनुभवा. हवा आत-बाहेर जात असताना आपल्या लक्षात येईल.

१२. ज्यावेळी हवा नाकातून प्रवेश करते, तेव्हा आपल्याला तिचा

अनुभव होतो. आत किंवा बाहेर ये-जा करणारी हवा गरम आहे की नाही, हे सखोलतेने आपण जाणू शकाल.

१३. मध्यंतरी जर आपल्या ध्यानात व्यत्यय आला तर लगेच श्वासावर लक्ष केंद्रित करा. श्वास सूक्ष्म, सखोल, उथळ किंवा जड- जसा असेल तसा अनुभवा. शरीराला शक्यतो हलू देऊ नका आणि श्वासाला जाणा.

१४. श्वास डाव्या नाकपुडीतून (चंद्र नाडी) की उजव्या नाकपुडीतून (सूर्य नाडी) जातोय हे जाणत राहा. अशा प्रकारे आपण ध्यानाची तयारी करत असून स्वध्यानाकडे मार्गस्थ होत आहोत. निरीक्षणाअंती स्वतःला विचारा, 'मी हा श्वास आहे का?' नेहमीप्रमाणे 'आपण श्वास नसून त्याला जाणणारे आहोत' हे उत्तर येईल. आता त्या जाणणाऱ्याला जाणा आणि स्वतःला सांगा, 'मी श्वास नाहीये.'

१५. आता श्वासावरील ध्यान हटवून ते मनातील विचारांवर केंद्रित करा. यावेळी मनात येणाऱ्या विचारांना जाणा. पहिल्या विचाराला जाणून घेतल्यानंतर दुसरा विचार येईल, तोसुद्धा जाणा. यावेळी पहिल्या विचाराला जाणण्याची काहीही आवश्यकता नाही. एका विचाराला जाणून घेतल्यानंतर दुसरा विचार येऊ देण्याची प्रक्रिया सुरू ठेवा.

त्यानंतर जर असा विचार येत असेल, की 'आता कोणताही विचार मनात येत नाहीये' तेव्हा हादेखील एक विचार असल्याचं समजून घ्या. 'आता कोणताही विचार मनात येत नाहीये' हा विचार जाणल्यानंतर पुढील विचाराला संधी द्या. त्यासाठी म्हणा, 'नेक्स्ट (Next)' जसजसं आपण विचारांना पाहाल, तसतसं विचारांपासून अलिप्त होण्याचा आनंदही घेऊ शकाल. मनात येणारे विचार जाणून स्वतःला प्रश्न विचारा, 'मी हा विचार आहे का?' 'नाही. मी म्हणजे हे विचार नसून त्यांना जाणणारा आहे', हेच या प्रश्नाचं उत्तर असेल.

आता जाणणाऱ्याला जाणून घ्या. शरीराची कोणतीही हालचाल न करता विचारांना जाणून घ्या आणि स्वतःला सांगा, 'मी हे विचार नाहीये.'

१६. आता आपलं ध्यान हातांवर केंद्रित करा. हात काय अनुभवताहेत, हे जाणून घ्या. आपलं ध्यान बाहूंमध्ये केंद्रित करून तिथं आपल्याला कोणता अनुभव येतोय, हे जाणा. आपल्याला ते हलक्या, वजनदार असल्याचा जो काही अनुभव येतोय, तो 'आहे तसा' जाणून घ्या आणि स्वतःला विचारा, 'मी हात आहे का?' 'मी हात नसून केवळ त्याचं अस्तित्व जाणणारा आहे' असं उत्तर येईल. मग त्यानंतर त्या जाणणाऱ्याला जाणून घ्या. स्वतःचं अस्तित्व जाणून घेता आलं नाही, तरीही निराश न होता ध्यान सुरूच ठेवा.

१७. हातावर ध्यान केंद्रित करूनही आपण स्वतःला जाणून घेऊ शकलो नाही तर पायावर ध्यान केंद्रित करा. पायाचा अनुभव येतोय की नाही, त्यामध्ये हलकेपणा आहे की वजनदारपणा, याचा अनुभव घ्या. खऱ्या-खोट्याचं लेबल न लावता स्वतःला प्रश्न विचारा, 'मी म्हणजे पाय आहे का?' उत्तर असेल, 'नाही. मी पाय नसून त्यांचं अस्तित्व जाणणारा आहे.' तेव्हा जाणणाऱ्याला जाणा आणि स्वतःला सांगा, 'मी पाय नाहीये.' मग 'मी पाय नाही तर कोण आहे?' हा प्रश्न स्वतःला अवश्य विचारा.

१८. 'मी कोण आहे' हे जाणून घेण्यासाठी आपलं ध्यान पाठीवर केंद्रित करा. खांद्यांपासून ते कमरेपर्यंत असणारं पाठीचं अस्तित्व, म्हणजेच ती वेदनेने अवघडलेली आहे की आरामदायी अवस्थेत आहे, हे जाणा. त्रास किंवा दबाव जसा अनुभव पाठीबाबत येत असेल तसा तो जाणून घ्या. यानंतर स्वतःला प्रश्न विचारा, 'मी म्हणजे पाठ आहे का?' उत्तर असेल, 'नाही. मी पाठ नसून तिचं अस्तित्व जाणणारा आहे.' आता जाणणाऱ्याचं अस्तित्व जाणून स्वतःला सांगा, 'मी पाठ नाहीये.'

१९. *आता आपलं ध्यान धड तसंच हृदयावर केंद्रित करा. शरीरातील या भागांवर कोणता अनुभव येतोय, हे जाणून घ्या. मग स्वतःला प्रश्न विचारा, 'मी पोट आहे का?', 'मी हृदय आहे का?', 'मी मान आहे की खांदा?' जर आपण यांपैकी काहीच नाही तर मग 'मी कोण आहे?' उत्तर असेल, 'मी या सर्व अंगांना जाणणारा आहे.' मग लगेच या जाणणाऱ्याला जाणा.*

२०. *आता स्वतःचं ध्यान चेहऱ्यावर केंद्रित करा. चेहऱ्याच्या अस्तित्वाची अनुभूती घ्या. आपल्या चेहऱ्याला चारही बाजूंनी जाणा. चेहऱ्यावर हलकेपणा किंवा घाम जाणवतोय का? डोळ्यांवर दबाव आहे की हलकेपणा? स्वतःला प्रश्न विचारा, 'मी म्हणजे हा चेहरा आहे का?' उत्तर पुन्हा तेच, 'नाही. मी चेहरा नसून त्याच्या अस्तित्वाची अनुभूती घेणारा आहे.' आता अनुभूती घेणाऱ्याला जाणण्याचा प्रयत्न करा.*

२१. *या संपूर्ण ध्यानप्रकियेनंतर स्वतःला पुन्हा विचारा, 'जर मी हा चेहरा नाही, शरीर नाही, शरीरातील कोणताच भाग नाही, श्वास नाही, मन नाही, विचारही नाही तर मग मी नेमका आहे तरी कोण?' आपल्या लक्षात येईल, 'मी या सर्व गोष्टींची अनुभूती घेणारा आहे. मी 'स्व'ध्यान करण्यासाठी तसंच स्वतःचं असली अस्तित्व जाणण्यासाठी या शरीरासोबत जोडला गेलोय.' या बाबीचं आकलन होताच आपली शरीरासोबतची आसक्ती नाहीशी होईल. मग शरीर आपला वापर करणार नाही तर आपण त्यावर नियंत्रण ठेवाल. काही वेळ याच अवस्थेत राहून नंतर हळूहळू डोळे उघडा.*

२२. *डोळे उघडे ठेवून बाहेर फिरून शरीराला चालत असताना साक्षीभावाने पाहा. म्हणजेच चालणं, फिरणं, बसणं, काही काम करणं या क्रिया शरीराकडून करवून घेतल्या जात आहेत, हे साक्षीभावाने जाणा.*

या अनुभवातून प्राप्त झालेल्या समजेवर आणि आंतरिक शक्तीवर जरूर मनन

करा. संपूर्ण ध्यानातून तुम्ही जी समज आत्मसात केली, त्यावर सखोल मनन करून ही समजच आपल्याला 'स्व'बोधाच्या अवस्थेत स्थापित करेल, याची खात्री बाळगा.

संपूर्ण ध्यान म्हणजे प्रत्येक मनुष्याला स्नानाप्रमाणे निर्मळ बनवणारा विधी आहे. दररोज हे ध्यान केल्यानं आपल्या मनातील अनावश्यक विचारांचा कचरा साफ होतो. निरर्थक विचारांचा कचरा साफ न केल्यानं मनाची निर्मळता नाहीशी होते. पण हे ध्यान तणावापासून मुक्ती देत आपल्याला स्वबोधाच्या अवस्थेत स्थापित करेल.

खंड २

खऱ्या ध्यानाची सुरुवात

भाग ५
खरं ध्यान म्हणजे काय

ध्यानात मन अंतरंगी रंगते : ध्यान काय आहे, हे जाणून घेण्यापूर्वी एक संदेश वाचा- 'ज्यांनी जिन्नला जाणलं ते शिव झाले, उर्वरित केवळ शव म्हणूनच राहिले.' हे वाचल्यानंतर आपल्याला वाटलं असेल, की 'हा कसा संदेश आहे?' खरंतर हे शब्द जेव्हा आपण नवीन प्रकारे समजून घेऊ, तेव्हाच या बाबी आपल्याला समजतील.

दिव्यातून निघालेल्या अल्लाद्दिनच्या जिन्नला लोक जबरदस्तीनं आत ढकलण्याचा प्रयत्न करत असल्याचं चलचित्र आपण कधी बघितलंय का? हे दृश्य आपण कधीतरी नक्कीच पाहिलं असेल. खरंतर ज्यावेळी ध्यानाला बसतो, त्यावेळी आपण नेमकं हेच करत असतो. कसं हे जाणून घेऊ या.

गाढ झोपेत असताना मनरूपी जिन्न आपल्यामध्येच असतो, परंतु तो विलीन झालेला असतो. आपण सकाळी जागं होताच, मनदेखील जागृत होतं. पण झोपेत जाणवणारी आराम अवस्था जागृत अवस्थेत यावी, यासाठीच 'ध्याना'चं महत्त्व आहे.

या जिन्नला/मनाला आपण रिकामं राहू देऊ शकत नाही. ते नेहमीच आपल्याकडे कामाची मागणी करतं. जर आपण त्याला काम दिलं नाही तर ते त्रासून सोडतं. वास्तविक, दिवसभरात त्याच्याकडून होतील अशी थोडीशीच कामं आपल्याकडे असतात. मग प्रश्न निर्माण होतो, की रिकाम्या वेळेत या जिन्नला/मनाला काय काम द्यावं? अशा प्रसंगी जे काम आपल्याला त्यावेळी करायचं नसतं, ते त्याला देऊन आपण मोकळं होतो. शेवटी ज्यावेळी आपल्याकडे त्याला देण्यासाठी कोणतंही काम नसतं; त्यावेळी आपण त्याला सांगतो, 'जा, तमुक माणसाची चुगली करून ये'...'आता त्या अमुक माणसाचे केस ओढ'...'तमुक मनुष्य खुर्चीवर बसणार आहे; त्याची खुर्ची ओढ'...'रस्त्यावरील गाडीला ओव्हरटेक कर'...'अमक्याशी भांडण कर'... इत्यादी.

आता आपल्या लक्षात आलं असेलच, की जिन्न कोणाला म्हटलंय ते. जिन्न म्हणजेच आपलं मन. गाढ झोपेत असताना आपलं मन सुप्तावस्थेत असतं आणि आपण उठताच ते जागृत होतं. मन कधीही रिकामं राहू शकत नसल्यानं आपल्याला त्रासून सोडतं. लोकांकडे जेव्हा फावला वेळ असतो, तेव्हा त्यांचं मन इतरांना त्रासदायक ठरेल, अशी कामं करू लागतं.

रस्त्याने जाताना एखाद्यानं दुसऱ्याच्या गाडीला ओव्हरटेक करण्याचा प्रयत्न केला तर लगेच त्यांच्यात भांडण होण्याचे प्रसंग आपण नेहमीच बघत असतो. ओव्हरटेक करणाऱ्यांना धडा शिकवावा, असा विचार बऱ्याचजणांच्या मनात येतो. या लोकांनी मनरूपी जिन्नला याच स्वरूपाचं काम दिलेलं असतं. लोक जाणूनबुजून ही कामं जिन्नला देत नसतात, तर केवळ रिकामेपणापासून वाचण्यासाठी देतात.

सकाळी जागृत झालेलं जिन्न रात्रीच आत प्रवेश करतं. दिवसभर ते मोहमायेत भरकटत असतं. पण हे मन अंतरंगात रंगू शकतं ते केवळ ध्यानामुळेच! दिवसभरात ज्यावेळी मनाला देण्यासारखं काम नसेल, त्यावेळी त्याला आपल्या आत म्हणजे हृदयस्थानावर केंद्रित करावं. या मनाला आत कसं घेऊन जावं, हे जाणून घेण्यासाठीच आपण समज प्राप्त करून घेत आहोत.

ज्याप्रमाणे ताकदीचा उपयोग करून आपण झोप घेऊ शकत नाही, त्याप्रमाणे या जिन्नला जबरदस्तीने आत ढकलता येत नाही. झोपण्याचा जाणीवपूर्वक 'प्रयत्न' केला तर ती आणखी दूर पळते. अगदी याचप्रकारे जिन्नला ताकदीचा उपयोग करून पळवून लावता येत नाही. त्याला केवळ 'आत' पाठवण्याचा प्रयत्न करा. हा प्रयत्न ध्यानाला

बसतानाच केला जाऊ शकतो.

समाधीचा अर्थ आहे समय-आदि म्हणजेच वेळेच्या पूर्वी. 'वेळ' या संकल्पनेचा उगम विश्व अस्तित्वात येण्यापूर्वी झालेला नाही. त्यामुळे समाधीचा अर्थ आहे समय आदि म्हणजेच विश्व बनण्यापूर्वी. मनुष्याच्या निर्मितीपूर्वी ईश्वर आरामाच्या अवस्थेत होता... जिथं स्थळ, काळ, वेळ यांची कोणतीच व्याख्या नव्हती. यालाच 'शिव अवस्था' असंही म्हणतात. मनुष्य समाधीच्या अवस्थेत जातो, म्हणजेच तो विश्वाच्या अस्तित्वापूर्वीच्या अवस्थेत अथवा ईश्वराच्या आराम करण्याच्या मूळ अवस्थेचा अनुभव घेतो.

भाग ६

ध्यान म्हणजे काय

१. 'लक्ष देणे' म्हणजे ध्यान नाही,

२. ध्यान 'एकाग्रता' (concentration) नाही,

३. ध्यान 'मनन' (contemplation) नाही,

४. ध्यान 'विधी' नाही,

५. ध्यान स्वतःपासून अलग नाही.

ध्यान हा शब्द अध्यात्मातून आला आहे. भारतात आध्यात्मिक शोध करणाऱ्यांनी ध्यानाची सखोलता जाणली. परंतु आज या शब्दांचा वापर सामान्य गोष्टींसाठीही केला जात आहे. उदाहरणार्थ, इकडे ध्यान दे... मुलांकडे ध्यान दे... ध्यान देऊन ऐक... ध्यान देऊन अभ्यास कर... इत्यादी. अशा प्रकारे संभाषणात ध्यान या शब्दाचा सर्रास वापर केल्यामुळे त्याची किंमत कमी झाली आहे. त्यामुळे आजवर लक्ष देण्यालाच ध्यान समजण्यात आलं.

ध्यान गुण आहे : ध्यान त्या साक्षीचा गुण आहे; ज्याला लोक 'गॉड, अल्लाह, सेल्फ, स्वसाक्षी' इत्यादी नावांनी संबोधतात. ध्यान असा स्रोत आहे, जो गाढ झोपेतही जागृत असतो, बेहोशीतही सजग असतो. खऱ्या ध्यानाला 'स्वध्यान' म्हणणं योग्य आहे.

ध्यान साधन आहे, स्वध्यान साध्य आहे : कित्येकदा एकाग्रता विकसित करण्याच्या पद्धतींना ध्यान म्हणतात. या तथाकथित पद्धती स्वध्यानाचे फक्त मार्ग आहेत.

केवळ एकाग्रता वाढवणं, हा ध्यानाचा उद्देश नाही. एकाग्रता म्हणजे ध्यानमार्गाची शिडी आहे. एखादा माणूस एकाग्रता वाढवण्यासाठी ध्यान करत असेल तर तो ध्यानाचा खूप कमी फायदा घेत आहे, ध्यानाच्या लाभालाच तो आपलं उद्दिष्ट समजतोय, असंच म्हणावं लागेल. 'स्वध्यान' म्हणजे 'स्व'चे ध्यान, जो ध्यानाचा मूळ उद्देश आहे. कित्येकदा असंही होतं, की माणूस आत्मसाक्षात्कार किंवा मोक्षप्राप्तीसाठी ध्यानमार्गाचा अवलंब करतो. परंतु नंतर एकाग्रता वाढवण्यापुरता किंवा सिद्धी प्राप्त करण्यापुरताच त्याचा ध्यानप्रयोग सीमित राहतो. एकाग्रतेबरोबर हीच गोष्ट शिथिलीकरण, मनन आणि इतर बाबतीतही लागू पडते.

भाग ७

ध्यानाचा खरा अर्थ : ध्यानाचा साधा-सोपा अर्थ म्हणजे 'काहीच न करणं'. परंतु काही लोकांच्या बाबतीत 'काहीच न करणं'सुद्धा महाकठीण असतं. काहीच करायचं नाही, म्हणजे काय? एखाद्यानं विचारलं, 'झोप येण्यासाठी काय करायला हवं म्हणजे झोप लवकर येईल?' तर त्याला सांगितलं जाईल, 'झोप येण्यासाठी काही करू नकोस. फक्त जाऊन बिछान्यावर पाठ टेक.' झोप आणण्याचा प्रयत्न केला, तर झोप पळून जाईल. अन्यथा, कोणतेही प्रयत्न न करता सहज झोप येऊ शकते. अगदी त्याचप्रमाणे ध्यानसुद्धा एक कार्यप्रणाली (Process) आहे, ज्यात काहीच करण्याची आवश्यकता नाही, केवळ उपस्थित असणं आवश्यक आहे.

ध्यानाला 'योगाभ्यास' असंही म्हटलं जातं. खरंतर जीवनाच्या प्रत्येक क्षेत्रात एक गोष्ट कायम असते आणि ती म्हणजे ध्यान. कोणतंही कार्य ध्यानाशिवाय होऊच शकत नाही. आयुष्यातील प्रत्येक क्रियेसाठी ध्यान अनिवार्य आहे. ध्यानामुळे शरीराला तरंग (Vibration) प्राप्त होतात. आपल्या शरीराची पाच इंद्रियं (डोळे, कान, नाक, जिव्हा आणि त्वचा) म्हणजे कर्म करण्याची साधनं.

इंद्रियांचा संबंध त्यांच्या आकारांशी नसून शक्तीशी आहे. डोळ्याचा आकार इंद्रिय नसून 'नजरेतील बघण्याची शक्ती' हे इंद्रिय आहे. आपल्या सर्वच इंद्रियांचा शरीरावर परिणाम होत असतो. ही इंद्रियं जेव्हा बाहेरच्या जगात गुंतलेली असतात, तेव्हा मनाची सर्व शक्ती बाह्य विषयांत नष्ट होते. यासाठीच आपला स्वतःच्या इंद्रियांवर ताबा असायला हवा, जे केवळ ध्यानामुळेच शक्य आहे. ध्यान इंद्रियांना वेसण घालू शकतं. बाहेरच्या

जगात जी शक्ती संपुष्टात येत असते, त्यातला काही हिस्सा स्वत:साठी उपयोगात आणण्याकरिता ध्यान आवश्यक आहे. मनाला बाह्य विषयांपासून अलिप्त ठेवून अंतर्यामी अचलता, स्थिरता ठेवणं म्हणजेच ध्यान. मनाला बाह्य विषयांतून हटवून अंतर्मनात स्थिर करणं म्हणजे ध्यान.

भाग ८

ध्यानासंबंधीचे गैरसमज : ध्यान हा शब्द ऐकताच त्याबाबत अनेक गैरसमज आपल्या मनात येतात, जसं :

* आपल्या डोळ्यांसमोर हिमालय पर्वत उभा राहतो आणि तिथं डोळे बंद करून ध्यानस्थ बसलेला कुणी ऋषी वा साधू दिसू लागतो.
* ध्यान म्हणजे तासन्‌तास डोळे बंद करून बसणं.
* ध्यान म्हणजे महाकठीण विधी.
* ध्यान म्हणजे शरीराला त्रास देणं.
* ध्यान म्हणजे पन्नाशीनंतर करायची बाब.

अशा प्रकारे, आपल्या मनात ध्यानाबद्दल अनेक चुकीच्या धारणा म्हणजेच गैरसमज असतात. ध्यानाविषयी आपण काही गोष्टी पाहिलेल्या अथवा ऐकलेल्या असतात. मग त्यानुसारच आपल्या मनात ध्यानाविषयी समज-गैरसमज निर्माण होतात.

काही गैरसमज वेगवेगळे असू शकतात तर काही सर्वमान्य. आपण जर ध्यानाबद्दल वेगवेगळ्या लोकांना विचाराल तर कदाचित प्रत्येकाचं उत्तर भिन्न असेल. ध्यान केल्यामुळे पैशाचा पाऊस पडणार नाही किंवा धन-दौलतही मिळणार नाही. असे काही तथाकथित गुरूही आहेत, जे लोकांना अशा प्रकारच्या चुकीच्या समजुतींमध्ये जखडून ठेवतात. काही पंडित-पुरोहितदेखील आहेत, जे लोकांना धनप्राप्तीसाठी वा वृद्धीसाठी काही विधी करायला लावतात. बरेच लोक अशा साधूंच्या, पंडित-पुरोहितांच्या नादी लागून आपला पैसा व वेळ दोन्ही बरबाद करत असल्याचं दिसून येतं. प्रत्यक्षात ध्यानाचा आणि धनाचा सुतराम संबंध नाही. प्रत्येकाच्या मनोशरीरयंत्राची (शरीराची अणि मनाची) पैसे कमावण्याची क्षमता वेगवेगळी आहे. क्षमता वाढविण्यासाठी ध्यान उपयुक्त ठरू

शकेल, पण ध्यानामुळे थेट आर्थिक लाभ मात्र मुळीच होणार नाही. ध्यानामुळे संपत्ती मिळेल अशी इच्छा ठेवणं म्हणजे अज्ञान होय.

भाग ९

मन : मन म्हणजे विचारांचा पेटारा. ज्याठिकाणी ध्यान जातं, तिथं मनाचे विचार पोहोचायला सुरुवात होते. आपण जर बगीच्याचं ध्यान करत असाल तर लगेच तिथं आपलं मन पोहोचेल. याप्रकारे जिथं ध्यान (attention) तिथं मन असतंच.

मुख्यतः मनाचे दोन प्रकार मानले जातात (हे विभाजन केवळ समजण्यासाठी केलेलं आहे). एक चेतन मन म्हणजे कॉन्शस माईंड आणि दुसरं अर्धचेतन मन म्हणजेच सबकॉन्शस माईंड. हे अर्धचेतन मन 'सहज मन' किंवा 'अंतर्मन' म्हणूनही ओळखलं जातं. अचेतन मनाचं अस्तित्व काहीजण वेगळं मानू शकतात. हे विभाजन केवळ मनाला समजून घेण्यासाठी आहे.

हवा आणि वादळात जो फरक आहे, तसाच बाह्यमन आणि अंतर्मनात आहे. बाह्यमनाचं कार्य विचारांमधून दिसून येतं, पण अंतर्मनाचं काम दिसून येत नाही. अंतर्मन शांत राहून काम करतं, तर बाह्यमन प्रत्येक काम, विचार, भावना यांना अनुभवत, तर्क-वितर्क लावत असतं. ते शांत बसत नाही, सुख-दुःखाचा आनंद उपभोगतं.

अंतरात्मा (सेल्फ), बाह्यमन आणि अंतर्मन यांमध्ये फरक केवळ हाच आहे, की अंतरात्मा बाह्यमनाला चालना देत असतो तर बाह्यमन अंतर्मनाला सूचना देऊन तयार (प्रोग्रॅम्ड्) करत असतो. अंतरात्मा बल्बला प्रकाशमान करणाऱ्या विजेसमान आहे. ज्याप्रमाणे वीज नसेल तर बल्ब प्रकाशमान होऊ शकत नाही, त्याचप्रमाणे 'सेल्फ' (चैतन्य) नसेल, तर शरीर सक्रिय होऊ शकत नाही.

जीवनरूपी नाटकात मनाची फार मोठी भूमिका आहे. मन 'नमन' होताच या नाटकाचा उद्देश समोर येतो. मन हे मनोशरीरयंत्रातील एक असं अंग आहे, जे डोळ्यांनी दिसत तर नाही, पण त्याचं अस्तित्व आपण नेहमीच स्वीकारतो. आपल्याला जर आता विचारलं, की मन कुठं आहे, तर आपण लगेच सांगाल, 'डोळ्यांमध्ये.' कारण आता आपण पुस्तक वाचताहात. परंतु यादरम्यान मन डोळ्यांमधून मेंदूत जाऊन आलं. कारण त्यानं आपण विचारलेल्या प्रश्नावर विचार केला होता. पण आपल्याला हे लक्षातही

आलं नाही. कारण ते अतिशय गतिमान आहे. आपण एका मिनिटात २०० ते ३०० शब्दांचं वाचन करून ते समजून घेऊ शकतो, परंतु मन एका मिनिटात ८०० शब्द ऐकू शकतं. म्हणजे उर्वरित ५०० शब्दांची पोकळी भरून काढण्यासाठी ते विचारांमागे धावू लागतं. परिणामी आपण मनाला कधीही एकाग्र करू शकत नाही.

मन 'न-मन' (no mind) होण्यासाठी सर्वप्रथम आपल्या मनातील अनावश्यक विचार विलीन होणं गरजेचं आहे. म्हणजेच, एका मिनिटात ८०० शब्द ऐकू शकणारं मन, एक किंवा दोन शब्दांवर संतुष्ट व्हायला हवं. याच कारणास्तव पहाटे ध्यानाची सुरुवात करताना काही लोक एखादा शब्द किंवा मंत्र उच्चारतात. जेणेकरून काही मोजक्या शब्दांच्या आधारे मन एकाग्र होऊ शकेल.

भाग १०

ध्यानाद्वारे इंद्रियांचं नियंत्रण : ध्यानामुळे मनुष्य इंद्रियांवर नियंत्रण ठेवू शकतो, ही बाब एका उदाहरणाद्वारे समजून घेऊ या. आपलं मन म्हणजे जिन्न असून आपण सकाळी उठताच ते पाच मुलांना सोबत घेऊन बाहेर येतं. यातील एकाचं नाव आहे कन्नू, दुसरा नक्कू, तिसरा अक्की, चौथा टिंगू तर पाचव्याचं नाव आहे चिंपू. पहिल्या खंडात आपण या मुलांबाबत माहिती घेतलीच आहे.

सकाळी उठताच ही मुलं गोंधळ घालायला सुरुवात करतात. मग आपण विचार करतो, 'यांच्यापासून कशी सुटका करून घ्यावी?' ते आपल्याला म्हणतात, 'माझ्याकडे लक्ष द्या, माझ्या सर्व इच्छा पुरवा.' कन्नू म्हणजे कान. तो म्हणतो, 'मला चांगलं संगीत ऐकवा, माझी स्तुती करा.' याचा अर्थ, कानाला स्तुती म्हणजेच गोड शब्द आवडतात.

नक्कू म्हणजे नाक. नक्कूला आवडतो सुगंध! थोडा दुर्गंध येताच ते त्रस्त होतं, अस्वस्थ होतं.

यानंतर आहे, अक्की म्हणजेच आँख अर्थात डोळे. त्याला मनोहारी दृश्यं पाहायची असतात. डोळा म्हणतो, 'तुम्ही मला जर सुंदर दृश्यं दाखवलीत तर ठीक; अन्यथा मी वस्तूंची आदळआपट करेन.'

यानंतर नंबर येतो टिंगू अर्थात टंग म्हणजेच जिभेचा. टिंगू खरंच नावाप्रमाणं अगदी छोटा आहे, परंतु त्यानं सर्वांनाच त्रस्त करून सोडलंय. त्याच्याशी दोन गोष्टी

संबंधित आहेत. एकतर टिंगूला चांगला स्वादही हवाय, सोबत त्याला बडबडही करायचीय. तो म्हणतोय, 'मी जे काही बोलेन, ते तुम्हाला ऐकावंच लागेल.'

सर्वांत शेवटी येतो, चिंपू म्हणजे चामडी अर्थातच त्वचा. त्याला नेहमीच सुंदर स्पर्श हवाय. जसं, गादी किंवा सोफ्याचा मुलायम स्पर्श, थंड हवा, ए.सी. इत्यादी. ज्या वस्तूंमुळे त्वचेला सुखद स्पर्श जाणवतो, ती प्रत्येक गोष्ट चिंपूला हवीय. ही आहेत जिन्नची पाच मुलं. पण आता प्रश्न हा उरतो, की जिन्न नेमका कोण आहे? तर जिन्न आहे 'मन्नू'! मन्नू म्हणजे आपलं मन. या मनासोबत ही पाच मुलं (इंद्रियं) संबंधित असतात.

दिवसभर आपल्या मनासोबत ही पाचही मुलं राहतात. दररोज रात्र होईपर्यंत तुम्ही याच विचारात असता, की कधी एकदा ही पाचही मुलं शांत बसतील आणि मला थोडं बरं वाटेल, आराम मिळेल. याच आरामाकरिता काही लोक झोपेच्या गोळ्यांचं सेवन करतात. कारण जेव्हा आपण झोपी जातो, तेव्हा ही पाचही मुलं (पाच इंद्रियं) शांत होतात. मग ही शांती आपल्या तनामनात ऊर्जेचा संचय करते. खरंतर हीच आपली मूळ अवस्था असते. कारण ज्यावेळी जिन्न म्हणजेच मन शांत होतं, तेव्हा आपण स्वतःच्या खऱ्या अस्तित्वाची अनुभूती घेतो. म्हणजेच यावेळी आपण 'स्व'अनुभव करतो. स्वानुभव म्हणजे अशी अवस्था, जिथे आपल्या सर्व विकारांच्या, विचारांच्या आणि इंद्रियांच्या इच्छा विलीन होतात. परिणामी, परम शांतीची अवस्था आपल्या अंतर्यामी प्रकाशमान होते. याच कारणास्तव सर्वांना झोप अतिशय प्रिय वाटते. पण एखाद्या वेळी भयावह स्वप्न पडताच आपल्या मनात 'अशी स्वप्नं मुळीच पडायला नकोत' अशी इच्छा निर्माण होते. कारण भीतीदायक स्वप्नांमुळे बऱ्याचदा झोपमोड होते आणि आपण 'स्व'अनुभवाच्या प्रगाढ शांतिपूर्ण अवस्थेतून बाहेर येतो. थोडक्यात, प्रत्येक मनुष्याला जास्तीतजास्त वेळ 'स्व'ची अनुभूती घ्यायला आवडतं.

तात्पर्य, 'ध्यान अशी एकमेव क्रिया आहे, जी मनाला दिवसादेखील अंतरीच्या असीम रिक्ततेपर्यंत घेऊन जाऊ शकते.' यासाठी एक प्रयोग करा. 'स्व'चा अनुभव करण्याचा अभ्यास दर एक तासाने करा. एक वाजून एक मिनिट... दोन वाजून दोन मिनिटे... तीन वाजून तीन मिनिटे... अशा प्रकारे आपण जेव्हा प्रत्येक तासागणिक योग्य रीतीने ध्यान करू, त्यावेळी आपल्याला अंतर्यामीच्या 'स्व'वर ध्यान देणं सहज वाटेल. अशा प्रकारे आपण तेजस्थानावर पोहोचतो आणि मग स्वानुभवाचा आस्वाद घेऊन तुम्ही पुढील एक तासात जे कार्य कराल, त्याची गुणवत्ताही उच्च प्रतीची असेल.

ते कार्य एवढ्या चांगल्या दर्जाचं कसं झालं, हे प्रथम आपल्या लक्षातच येत नाही. पण वास्तविक काही क्षणांसाठी का होईना, स्वानुभवाची अनुभूती घेतल्याने प्रत्येक कार्यात ताजेपणा आणि गुणवत्ता झळकते.

वास्तविक, ज्या शब्दांमुळे सत्याचं स्मरण होतं, ते महत्त्वपूर्ण असतात. कालांतराने हेच शब्द 'मंत्र' बनतात. पण या शब्दांना शक्ती तेव्हाच प्राप्त होते, जेव्हा मनुष्याच्या मनात विश्वास असतो. उंच पर्वतांवरील मंदिरांना, डोंगर-दऱ्यांतील उंच गुहेत असलेल्या धार्मिक स्थळांना लोक अपार कष्ट झेलून भेट देतात. त्यांना वाटतं, इतके कष्ट सहन करून देवदर्शन घेतल्याने आपल्या मनोकामना नक्कीच पूर्ण होतील. मग या विश्वासशक्तीमुळेच त्यांच्या इच्छा पूर्णही होतात. पण या कार्यसिद्धीमागे कारणीभूत असतो, मनुष्याच्या मनातील दुर्दम्य विश्वास! विश्वासच बळ निर्माण करतो. खरंतर विश्वासाची ताकद प्रत्येकाच्याच अंतरंगात असते. पण ती बाह्यरूपात आविष्कृत होण्यासाठी विशिष्ट कृती करावी लागते.

मन शांत असतानाच विश्वास आणि प्रेम हे दोन गुण प्रकट होतात. ध्यानामुळेच मन अंतर्मुख होतं, मग 'स्व' (सेल्फ) प्रकट व्हायला कितीसा वेळ लागणार? पण बहुतांश वेळा लोक मनावर विपरीत कामं सोपवतात. जसं, डोळ्यांना इतरांमधील चुका शोधण्याचं काम, कानाला चुगली ऐकण्याचं काम, जिभेला निंदेचं तसेच इतरांवर आरोप लावण्याचं काम देण्यात येतं.

आपण इंद्रदेवाच्या कथा ऐकल्या असतील. एखादा राक्षस तपस्या करून ईश्वराकडे वरदान मागतो, त्यावेळी सर्वप्रथम इंद्राचं आसन दोलायमान होऊ लागतं. शेवटी राक्षसाचा वध होताच, ते आसन स्थिर होतं. पण ही केवळ बाह्यकथा नसून ती आपल्याच इंद्रियांची चंचलता दर्शवण्याचा केलेला प्रतीकात्मक प्रयत्न आहे. वास्तविक, ही आपल्या इंद्रियांची कथा आहे.

नवरात्रीदरम्यान विजयादशमी उत्सव साजरा करताना लोक दुर्गादेवीच्या नऊ रूपांची आराधना करतात. वास्तविक, बाहेरील राक्षस हे तर मनुष्याच्या मनातील विकारांचे प्रतीक आहेत. मनुष्याच्या आतील राक्षस म्हणजे वाईट वृत्ती, अनावश्यक सवयी यांपासून मुक्ती मिळविल्यानंतरच खरा विजयादशमीचा उत्सव साजरा करता येतो.

आत्मसाक्षात्कार प्राप्त केलेल्या महापुरुषांनी कथा-कहाणींच्या रूपात ही महत्त्वपूर्ण समज प्रस्तुत केली होती. पण काळाच्या ओघात मूळ समज हरवली आणि मागे उरलं

ते फक्त कर्मकांड! ईश्वरानं लोकांना कर्मकांडरूपी पार्सल पारस प्राप्त करण्यासाठी दिलं पण लोक पार्सलमध्येच अडकून पडलेत. पार्सलमध्ये टाकून पारस पाठवलंय. आपणाला ते पारस प्राप्त करून घेण्यासाठी समजेचा मार्ग स्वीकारावा लागेल.

सरस्वतीच्या प्रतिमेचं पूजन करण्यामागे 'ज्ञान आणि समजेच्या देवीला आपल्या जीवनात आमंत्रण देणं' हा उद्देश असतो. म्हणजेच आधी ज्ञान आणि भक्ती या गोष्टींचं जीवनात आगमन व्हावं. थोडक्यात, शक्तीआधी भक्तीचं आगमन व्हावं. कारण भक्तीशिवाय मनुष्य 'पॉवर' म्हणजेच शक्तीला सांभाळू शकत नाही. तात्पर्य, मनुष्य योग्य मार्गावरून विचलित होऊ नये आणि त्याने शक्तीपेक्षा भक्तीला प्राधान्य द्यावं, यासाठीच कर्मकांडांच्या माध्यमातून समज प्रदान करण्याचा प्रयत्न करण्यात आला. पण कर्मकांडांमागील वास्तविक संदेश लोकांना समजू शकला नाही. इंद्रियांवर नियंत्रण मिळवून मनावर विजय प्राप्त करण्यासाठीच इतकी कर्मकांडं आणि ध्यानविधींची निर्मिती झाली.

भाग ११

ध्यानामुळे मन दिवसभर शांत राहतं : जिन्न (मन) दररोज सकाळी बाहेर येऊ इच्छितो. त्यावेळी आपण त्याला कोणताही विरोध करू नये. मन स्वानुभवातून बाहेर येण्यापूर्वीच जर आपण होमवर्क केला असेल तर बाहेर आल्यानंतर त्याला योग्यरीत्या सांभाळू शकाल; अन्यथा जिन्न बाहेर आल्याक्षणीच आपल्याकडे अनेक मागण्या करू लागेल आणि आपण नीट होमवर्क न केल्यानं त्याला कोणतं काम द्यावं, हे आपल्या लक्षात येणार नाही. मग आपण नाइलाजास्तव त्याला चुगली... निंदा... करमणूक इत्यादींसारखी कामं द्याल.

सकाळी उठल्यानंतर प्रथम हे होमवर्क करा, की 'उठताक्षणीच मला काय करायचं आहे? ध्यानाला कधी बसायचंय? प्रेम, आनंद आणि मौन यांची अभिव्यक्ती केव्हा आणि कशी करायचीय? दैनंदिन कामं कशी करायची आहेत?' या सर्व बाबी आधीच विचार करून ठेवल्याने आपली दिवसभरातील कामं सहज होतील. त्यामुळे आपल्याला ही समज प्राप्त होईल, की जर एखाद्या कामामध्ये विकार आला, राक्षस आला, रावणाचे दहा चेहरे दिसू लागले तर त्यावेळी आपल्याला हृदयस्थानावर (तेजस्थानावर) जाऊन निर्णय घ्यायचाय. होमवर्क करताना घाई करू नका, शांततेनं सर्व कामं करा.

लोक मोहमायेत अडकून पडतात, त्यामुळे त्यांना 'मी कोण आहे?' याची

आठवणसुद्धा येत नाही. पण अशी आठवण येणं आवश्यक आहे. आपण जर योग्य सूची बनवाल तर हे नक्कीच आठवेल. ज्यांना सत्यासोबत प्रेम होतं, ते आपल्या आयुष्यात अशी सिस्टिम अवश्य बनवतात, जेणेकरून सत्याप्रति प्रेम आणि भक्ती वृद्धिंगत होईल.

कदाचित आतापर्यंत आपण स्वतःला शरीर, सीमित मानून बंधनांमध्ये जीवन जगत आला असाल. आपल्याला वाटतं, की शरीरच सर्वकाही आहे. यामुळे आपण स्वतःला संकुचित केलंय. ज्यावेळी तुम्ही एखाद्या छोट्या आरशात स्वतःला बघता, त्यावेळी तुमचं छोटंसं प्रतिबिंब पाहून 'मी इतका लहान कसा?' हे जाणून दुःखी होता का? नाही. कारण त्यावेळी आपल्याला ठाऊक असतं, की आपण लहान नसून आरसा छोटा आहे. त्याचप्रमाणे आपण शरीर नसून ते आपला आरसा आहे. शरीराला सीमा असल्या तरी आपलं असली अस्तित्व असीम आहे. ज्यावेळी ही समज आपण दृढतेने आणि स्वानुभवाने जाणाल, तेव्हा आपल्या जीवनात क्रांतिकारी बदलांचा अध्याय सुरू होईल.

आपल्याला केवळ हे समजून घ्यायचंय, 'मी शरीराद्वारे स्वतःला जाणून घेणारा आहे. माझ्या असली अस्तित्वाची कोणतीही सीमा नसून तो तर असीम आहे.' ही गोष्ट जाणताच कोणतीही चिंता आपल्याला स्पर्श करणार नाही, ना कोणत्या भीतीला आपण बळी पडाल. पण स्वतःच्या असली रूपाचं विस्मरण घडताच चिंता आणि भीती आपल्याला घेरून टाकेल. पण पुन्हा जर ही गोष्ट आठवली तर आपण चिंतामुक्त आणि भयमुक्त व्हाल. मग आपल्या लक्षात येईल, की प्रथम आपण दुःखी होऊन काम करत असल्याने ती पूर्ण होण्यास वेळ लागत होता आणि आता आनंदात कार्य करत असल्याने ती लवकर पूर्णत्वास जात आहे. अशा प्रकारे आपल्या जीवनात सकारात्मक लोक, वस्तू आणि गोष्टींचं मोठ्या प्रमाणात आगमन होईल.

संपूर्ण दिवसभरात आपल्याला सत्य आठवत नाही, कारण त्याची आठवण कोणी करून देत नाही. ध्यानाची वेळच अशी आहे, जेव्हा आपण स्वतःला सांगू शकाल, 'रामप्यारे, अल्लाह के दुलारे, जिजस के तारे, जरा आठव, तू कोण आहेस?' तेव्हा आपल्याला स्वतःची जाणीव होईल. मग ध्यानातून उठल्यानंतर तुमच्या लक्षात येईल, पूर्वी जसं होतं तसंच सर्व आहे. सासू त्याच, सूनही तीच आहे... बॉस, शेजारी, वडील, मुलगा, मुलगी, दुकानदार तेच आहेत... तेच किचन, ऑफिस, शाळा, कॉलेज, मित्र... पण आता केवळ तुम्ही बदललाय. त्यानंतर तुमच्या लक्षात येईल, अरेच्चा! आता तर आपण लोकांना सहजतेनं समजून घेतोय. मग समोरचा म्हणाला, 'हे असं होतंय... असं व्हायला नको होतं... ते चुकीचं आहे... माझंच बरोबर...' तर तुम्ही त्याला सांगू शकाल,

'हो, खरंय! मी तुम्हाला समजू शकतोय, तुम्हाला काय म्हणायचंय ते. आता ही समस्या कशी सोडवता येईल, याचा विचार करू या.'

ध्यान केल्यानंतर सर्व गोष्टी तेजस्थानावर (हृदयावर) राहून तेथूनच आपण इतरांना योग्य सल्ला देत असल्याचं अनुभवाल. यासाठी आपण नियमितपणे ध्यान करण्याची सवय अंगी बाणवली पाहिजे. अशा प्रकारे आपल्याला ध्यानाचा तिसरा लाभ मिळतो. त्यामुळे आपली एकाग्रता, स्मरणशक्ती आणि सृजनात्मकता वृद्धिंगत होते. ध्यानमग्न असताना आपल्या असं लक्षात येईल, 'अरे, शरीर तर नवनवीन कल्पना सुचण्याचं केवळ माध्यम आहे.' मग वेगवेगळ्या कल्पना आपल्या तेजस्थानातून स्फुरतील. ध्यानानंतर आपल्याला अशा अनेक आश्चर्यकारक गोष्टी पाहायला मिळतील, ज्या आपण पूर्वी कधीच पाहिल्या नव्हत्या.

भाग १२

ध्यान केल्याने होणारं परिवर्तन : ध्यानाची संपत्ती प्राप्त केल्यानं मनुष्य चुंबक बनतो. या चुंबकीय शक्तीमुळे तो सकारात्मक बाबींना आपल्याकडे आकर्षित करतो, तर नकारात्मक विचारांमध्ये अडकून पडलेला मनुष्य एखाद्या पितळाप्रमाणे असतो, जो सकारात्मक बाबींना आपल्यापासून दूर लोटतो आणि दुःखदायक गोष्टींना आपल्याकडे आकर्षित करतो.

ध्यान केल्याने मनुष्यात सजगता जागृत होण्यास सुरुवात होते. ध्यानाच्या तेजाने आपण आपल्या मनातील अंधकार बघू शकतो. त्याच्यासमोर अनेक नवीन बाबी, पर्याय खुलू लागतात, ज्यांपासून पूर्वी तो अनभिज्ञ होता. जसं, 'माझ्या मनात कोणकोणते विचार येतात... मी कशा प्रकारे स्वतःच मान्यकथा रचून दुःखाचा सापळा रचतोय... तमुक मनुष्य माझ्याकडे लक्ष देत नाही, तो माझा आदर करत नाही, माझ्यावर अन्याय करतोय...' इत्यादी.

अशा प्रकारे मनुष्य आपल्या कल्पनाविश्वात रममाण होत राहतो. कपोलकल्पित कथा बनवत राहतो, पण 'मी असे निरर्थक विचार का बरं करतोय?' यावर तो पुनर्विचार करतच नाही.

ध्यानाचा लाभ हाच आहे, की ध्यानात असताना आपण स्वतःला सांगू शकाल, 'तू कोणत्या कथा रचतोय?' जर आपण मनाला शांत राहणं शिकवू शकलात, त्याला

दृढतापूर्वक हे सांगू शकलात, की 'तुला पूर्ण गोष्ट माहिती नाहीये, त्यामुळे काल्पनिक विश्वात रममाण होणं, कथा रचणं बंद कर' तर मग मन आपोआप शांत होईल आणि आपलं जीवन आनंदी होईल.

ध्यानात विचारांचा न उलगडलेला गुंता सुटू लागतो, कारण तेथे बेहोशी संपून सजगता उदयास येते. आता हीच गोष्ट एका लघुकथेद्वारे समजून घेऊ या.

एक मनुष्य एका रुग्णालयात उपचार घेत होता. त्याला लीव्हर, हृदय आणि अपचन असे एकूण १२ प्रकारचे विविध आजार होते. उपचाराद्वारे त्याचे यातील दोन आजार बरे झाले होते तर अन्य आजारांवर उपचार सुरू होते. या आजारांमध्ये ब्रेन ट्यूमरचाही समावेश होता आणि त्याच्या शस्त्रक्रियेची तयारी सुरू होती.

त्याला ऑपरेशन थिएटरमधील टेबलवर भूल दिल्यानंतर तो त्याच्या स्वप्नांच्या विश्वात रममाण झाला.

इंजेक्शनचा असर संपल्यानंतर स्वप्नातून जागा झाल्याप्रमाणे तो जोरजोरात हसू लागला. त्यावेळी बाजूलाच उभी असलेली त्याची पत्नी त्याला म्हणाली, 'काय झालंय? तुम्ही एवढं का हसताय?' हे ऐकून तो पत्नीला सांगू लागला, 'स्वप्नात मी फार त्रासात होतो. मला १२ आजार झाले होते, त्यातील २ आजार उपचारांद्वारे बरे झाले होते, तर उर्वरित आजारांबाबत मी चिंताग्रस्त होतो. पण स्वप्नातून जागे होताच मी पाहिलं, की मला तर केवळ एकच आजार आहे. याचाच अर्थ माझ्या स्वप्नातील इतर सर्व आजार तर आपोआप बरे झालेत. कारण आता मी पूर्णपणे जागा झालोय. त्या १० आजारांपासून सुटका करून घेण्यासाठी आता मला कोणत्याही शस्त्रक्रियेची गरज नाही.'

कथेतील त्या मनुष्यासोबत असे काय झाले, की तो जागा झालाय? वास्तविक या उदाहरणाचा अर्थ हा आहे, की ज्ञानाअभावी आपणच रचलेल्या कथांमध्ये, मान्यतांमध्ये गुंतून राहून बेहोशी आणि दुःखी जीवन जगत असतो. यापासून मुक्ती मिळवण्यासाठी जागृती हा एकमात्र उपाय आहे. ज्यावेळी स्वप्नातून जागे होऊन आपण आपलं वास्तविक स्वरूप बघाल, त्यावेळी आपले भाव कसे राहतील, आपल्या भावना कशा असतील? तर लक्षात ठेवा, त्यावेळी आपल्या मुखातून एकच शब्द बाहेर पडेल, 'आऽऽहा!' यालाच युरेका इफेक्ट म्हणतात.

ध्यानाच्या सखोलतेत उतरल्यानंतर आपल्याला स्वतःचा अनुभव येईल, 'मी कोण आहे?'चा बोध होईल.

उदाहरण - जर आपणाला भीती वाटत असेल तर आपण स्वतःला विचारा, 'भीती कोणाला वाटतेय?' उत्तर येईल, 'मला.' मग आपण पुन्हा विचाराल, 'हा 'मी' कोण आहे? मी कोण आहे?' याप्रकारे प्रत्येक विचारावर प्रश्न येत असल्याने आपल्या लक्षात येईल, की भीती, दुःख, पीडा आदी आपल्याला त्रास देणे बंद करतील. आश्चर्यकारकरीत्या ध्यानापासून मिळणारे लाभ आणि तेजलाभ आपल्याला मिळू लागतील. त्यामुळे अर्थातच या लाभांना समजून त्यांना आपल्या जीवनाचे एक अंग बनवणे उत्तम होईल.

भाग १३

ध्यानाकडून आपल्याला नेमकं काय हवंय : ध्यान करण्यापूर्वी आपण स्वतःला विचारायला हवं, 'ध्यानातून मला नेमकं काय हवंय?', 'किती सखोलतेने आपण ध्यानात जाऊ इच्छिता?', 'ध्यानामुळे कोणती गोष्ट मिळवू इच्छिता?' कारण ध्यान केल्याने जीवनातील प्रत्येक क्षेत्रात विकास होतो.

आपण जर आत्मशक्तीवर काम करत असाल, तर ध्यान आपली मदत करू शकतं. आपण आपले निर्णय वेळेवर घेऊ शकतो आणि पूर्ण करू शकतो. दुसरीकडे मात्र विचारांमध्ये अडकून पडल्यामुळे निर्णय घेताना विलंब होतो.

ध्यान आपल्याला विचारांपासून वेगळे (detach) होण्याचा अनुभव देते. निर्णयापासून दूर घेऊन जाण्याचे किंवा निर्णय आणि आपल्यामध्ये बाधा निर्माण करण्याचे काम केवळ विचारच करत असतो. ध्यानामध्ये आपण विचारांपासून दूर होतो, तसेच सूक्ष्म विचारसुद्धा पकडू शकतो. त्यामुळे आपली संवेदनशीलता वाढून आपण विचारांशी आसक्त न होता निर्णय घेऊ शकतो.

ध्यानामुळे शारीरिक लाभसुद्धा होतात. प्रत्येक डॉक्टर रुग्णाला औषधांसोबत आराम करण्याचा सल्ला देतात. कारण आरामच असं एक औषध आहे, जे प्रत्येक आजाराच्या उपचाराला साहाय्यक आहे. परंतु लोक आराम करणं समजून घेत नाहीत. त्यामुळेच प्रत्येक आजार बरा करण्यासाठी ध्यान मददगार आहे. ध्यानाच्या अभ्यासामुळे अस्थमा, ब्लडप्रेशर, लकवा इत्यादी आजारांमध्ये लाभ होताना दिसून आले आहे.

ध्यानामुळे मनुष्याच्या क्षमतेत निश्चितच वाढ होते. याची अनेक कारणे आहेत. जसं, शरीर जेवढा वेळ विश्रांती घेईल, तेवढीच त्याची श्रम करण्याची शक्ती वाढेल. तो जितके जास्त श्रम करेल, तेवढा तो सक्षम होईल. शांत मन नवीन दिशांबाबत विचार करू शकते. सर्जनशील मनाची (Creative Mind) क्षमता अधिक असते आणि शांत मनच सृजनात्मक होऊ शकतं. त्यामुळे ध्यानविधीत शिथिल मनाचं महत्त्व आहे. शिथिल मन शारीरिक स्वास्थ्यासाठी लाभदायक आहे.

ध्यानात लक्ष/चित्त एकाग्र होतं. एकाग्र चित्तच कोणत्याही गोष्टीच्या मुळापर्यंत पोहोचू शकतं. बाहेरील जगातसुद्धा कोणतीही गोष्ट हवी असली तरी मनाची एकाग्रता आवश्यक आहे. वाचनासाठीदेखील मनाची एकाग्रता साहाय्यक ठरते. एकाग्रतेनं स्मरणशक्ती वाढते, मनाचे भटकणे कमी होते (मनाचे भटकणे म्हणजे अनुपस्थित मन, Absent-mindedness).

क्षमता वाढवण्याचे वैज्ञानिक कारण : बाहेरील जगात अडकून राहून स्वतःला थकवणं ही मनाची सवय आहे. अल्प ऊर्जेमुळे ते लवकरच थकून जातं. ध्यान या थकण्याला थांबवतं. वास्तविक मनाच्याही स्वतःच्या काही शक्ती आहेत. ध्यान त्या शक्तीला जागवण्याचा मार्ग आहे. जसं, संकल्प शक्ती (Will power), आत्मसंमोहन (Self Hypnotism) इत्यादी. एकूणच मन एक मोठे आश्चर्य आहे.

भाग १४

ध्यानाचे लाभ : ध्यानाचे ६ लाभ आहेत. चला तर मग त्यांना समजून घेऊन ध्यान सुरू करू या.

पहिला लाभ : ध्यानामुळे आपण निर्णय घेण्याची कला शिकतो. आपला प्रत्येक निर्णय भविष्याला आकार देत असतो, तसेच आपले वर्तमान हे मागे घेतलेल्या निर्णयांचा परिणाम आहे, हे आपण लक्षात ठेवायला हवं.

ज्यावेळी आपण तेजस्थानातून (हृदय) निर्णय घेत असतो, त्यावेळी आपणाला याची कल्पना नसते, की हा निर्णय आमच्या उद्याला कसा आकार देणार आहे? परंतु ज्यावेळी याचा परिणाम येतो, त्यावेळी कळतं, की आपण घेतलेला निर्णय अतिशय योग्य होता. सांगण्याचे तात्पर्य हे, की आपण सर्व निर्णय तेजस्थानातून घ्यायला हवेत.

कारण ते ईश्वरीय निर्णय असतात. तेजस्थानातून घेतलेल्या निर्णयांमुळे दिव्य योजनेनुसार मनुष्याच्या सर्वोच्च शक्यता खुलतात.

आपले निर्णय योग्य कसे असतील, ही कला शिकणे अनिवार्य आहे. कोणत्याही घटनेदरम्यान आपण घेतलेले निर्णय यामुळे योग्य नसतात, कारण त्यावेळी त्या घटनेसोबत आपण गुंतलेलो असतो. निर्णय घेण्यापूर्वी त्या घटनेपासून आपण अलिप्त असणे आवश्यक आहे. त्याकरिता आपल्याला तेजस्थानावर जावे लागेल.

जे लोक ध्यान करतात, त्यांच्याकरिता हे सहजशक्य आहे, कारण त्यांना ध्यानाची सवय झालेली असते. वास्तविक ध्यानामध्ये जाणे हे त्यांच्याकरिता मेंदूतून हृदयापर्यंत जाण्याचा अभ्यास आहे. हाच ध्यानाचा पहिला लाभ आहे. ध्यानाच्या अभ्यासामुळे आपण सहजतेने तेजस्थानावर पोहोचू शकता आणि मग आपल्याला योग्य निर्णय घेताना अडचण येणार नाही. अशा प्रकारे आपल्या भविष्याचा आकारही निश्चित होईल.

दुसरा लाभ : ध्यानामुळे आपली मानसिक सुस्ती संपते. लोकांना मनन-मंथन करण्याऐवजी चिंता करणे जास्त सोयीस्कर वाटते. मानसिक सुस्तीमुळे असं होतं. ज्याप्रकारे लोक दूध आणि दह्याचं मंथन करून त्यातून लोणी व नंतर तूप मिळवतात, त्याचप्रकारे आपल्यालाही आतून तूप काढायचे असल्याने मंथन करण्याची आवश्यकता आहे. जी गोष्ट आपल्या आत आहे, ती बाहेर आलीच पाहिजे. मनन-मंथन केल्यामुळे आपली गीता बनते. मंथन करणारे आपली गीता म्हणजेच शरीराचा स्वभाव जाणून घेतात.

जे लोक ध्यान करतात, ते विषयांच्या सखोलतेत जाऊ शकतात. अन्यथा, सामान्य मनुष्याचं मन थोडासा विचार करून थकून जातं. ध्यान केल्याने सहज मन तीक्ष्ण बनून कोणत्याही विषयाच्या सखोलतेत जाण्याला तयार होतं. ध्यानामुळे आपल्यात अशी विशेषता विकसित होते.

काही लोक जसे शरीरानं सुस्त असतात, तशीच अनेक लोकांना मानसिक सुस्ती असते. ते विचार करण्यापासून वाचण्याचा प्रयत्न करत राहतात. ध्यानामुळे मनाची सुस्ती संपून जाते.

भाग १५

तिसरा लाभ : ध्यानाच्या तिसऱ्या लाभात तीन बाबींचा समावेश आहे- १)

एकाग्रता, २) स्मरणशक्ती आणि ३) रचनात्मकता.

नियमितपणे ध्यान केल्यास एकाग्रता वाढते. जे लोक दररोज ध्यान करतात, ते अधिक काळापर्यंत एकाग्रचित्त होऊन आपले कार्य तडीस नेतात. जे विद्यार्थी ध्यान करत नाहीत, ते अधिक वेळेपर्यंत एकाच विषयावर टिकाव धरू शकत नाही. थोड्या-थोड्या अवधीने त्यांचं मन अभ्यासाव्यतिरिक्त भटकतं; तर दुसरीकडे जो विद्यार्थी दररोज ध्यान करतो, तो एकाग्रचित्त होऊन आपला अभ्यास करू शकतो.

ध्यान केल्यानं स्मरणशक्ती वाढते. आपण इतरांच्या तुलनेत कोणतीही बाब योग्य प्रकारे आठवू शकता.

ध्यान केल्याने मनुष्यामधील रचनात्मकतेच्या गुणात वाढ होते. हा ईश्वराचा सर्वांत मोठा गुण आहे. युक्तींचे आदान-प्रदान, नवनवीन वस्तू निर्माण करणं ध्यानामुळे शक्य होतं. वास्तविक या सर्व युक्त्या मनुष्याच्या विचाराद्वारे येत नसून तेजस्थानावरून येतात. या युक्त्या आपल्या वातावरणाच्या चारही दिशांना असतात. जे शरीर ग्रहणशील होते, मुख्यतः त्याच्याद्वारेच या युक्त्या प्रवाहित होत राहतात.

ही आयडिया (उपाय, युक्ती) आपल्याला बुद्धीमुळे सुचली, असे अनेकदा मनुष्याला वाटत असते, परंतु ते चुकीचे असते. ही आयडिया मला सुचली असं त्याला ज्यावेळी वाटतं, तेव्हापासून पुढच्या सर्व आयडिया येणं बंद होतं. त्यामुळे जर तो ध्यानात 'मी उपस्थित आहे, मी तर केवळ निमित्तमात्र आहे. या ज्या आयडिया आहेत, त्यांच्याप्रति मी ग्रहणशील आहे' या समजेनं समर्पित होऊन बसला तर मग नवनिर्माणाचे नवनवीन उपाय त्याच्याद्वारे प्रकटतील. ध्यानामुळे या प्रकारच्या बाधा, अडथळे निघून जातात. समजेविना अनेक वर्षे जरी ध्यान केले तरीही लाभ मिळत नाही. पण समजून उमजून ध्यान केलं तर त्याचा उत्तम लाभ, तेजलाभ मिळतो.

सातत्याने ध्यान करण्यासाठी समज हवी. जर आपण समजेविना ध्यान केले तर त्याचा संपूर्ण लाभ मिळणार नाही. अनेक वर्षांपासून काही लोक विविध ध्यानपद्धतींचा अंगीकार करत आहेत, परंतु त्यांचा अहंकार अद्यापही कायम आहे, हे त्याचे उदाहरण आहे.

चौथा लाभ : ध्यानामुळे आपली कार्यक्षमता वाढते. सातत्यपूर्ण ध्यान केल्यानंतर आपल्या हे लक्षात येईल, की पूर्वी आपण थोडं जरी काम केलं तरी थकत होतात. मात्र

आता आपण जास्त काम केल्यानंतरही पूर्वीसारखे थकत नाही, कारण आपल्या कार्यक्षमतेत वाढ झालीय. सोबतच आपल्याकडून झालेल्या कामांची गुणवत्ताही वाढल्याचे दिसून येईल.

भाग १६

पाचवा लाभ : ध्यानामुळे आपल्यात एक प्रमुख गुण विकसित होतो आणि तो म्हणजे **'सातत्य'**. आपण एखाद्या कामाला मोठ्या उत्साहाने सुरुवात करता तर खरी, पण त्यात सातत्य नसल्यास त्याचा लाभ मात्र होत नाही. मनुष्य लवकरच एखाद्या कामाला कंटाळतो आणि मग ते अर्धवट सोडून देतो, खरंतर सातत्य हेच यशाचं रहस्य आहे. आपण जेव्हा कोणत्याही कार्यात सातत्य ठेवून पुढील आयुष्य याच गुणासह व्यतीत करतो, तेव्हा आपल्याला निश्चितच यश मिळतं. याप्रमाणे आपण आणखी एक निश्चय करू या, 'मी जिन्नला अधुन-मधून अंतर्यामीच्या असीमतेचा आनंद घेण्यासाठी पाठवेन आणि ध्यानाचा हा वेळही दररोज थोडा-थोडा का होईना पण वाढवेन. या निश्चयासोबत सातत्याचा गुण आपल्या जीवनाचा अविभाज्य भाग बनेल. हाच आहे ध्यानाचा पाचवा लाभ!

सहावा लाभ : ध्यानाचा सहावा लाभ म्हणजे समस्यांचं निराकरण. मनुष्याच्या जीवनात लहान-मोठ्या समस्या तर येतच असतात. पण ध्यानामुळे आपल्याला समस्या विलीन करण्याची कला अवगत होते. मग समस्या आपल्या असोत वा इतरांच्या. ध्यान केल्याने या समस्येत कोणता उपहार दडला आहे, हे ओळखण्यासाठी आपण सक्षम व्हाल. ध्यान केल्यानं प्रत्येक समस्येला किंवा घटनेला आपण एक वेगळ्या दृष्टिकोनातून बघण्याची कला शिकाल. याला म्हणतात, ओ.एस.एस. (O.S.S.) म्हणजेच अदर साईड सीअर. वाळवंटात ओऍसिस (Oasis) असतं. ओऍसिस म्हणजे असं स्थान जिथं पाणी असतं आणि त्यामुळेच तिथे शेती होऊ शकते. अगदी याच प्रकारे आपण ज्यावेळी समस्यारूपी वाळवंटात भटकतो, त्यावेळी आपलं ध्यान ओऍसिसप्रमाणे कार्य करतं. ध्यानामुळे समस्या असतानादेखील आपण तेजस्थानावर राहण्याची कला शिकतो. त्यामुळे समस्येचं योग्य समाधान प्राप्त होतं.

ध्यानाचे सहा तेजलाभ जाणून घ्या प्रस्तुत पुस्तकाच्या तिसऱ्या खंडात.

उदाहरणार्थ, जादूगार जसा स्टेजवर एका मुलीचे दोन भाग करून ते पुन्हा जोडतो, पण जादूगाराची ही किमया पाहून आपण मात्र आश्चर्यचकित होतो. हे कसं झालं असावं, याचा विचार करतो. कारण त्यावेळी आपण ही जादू प्रेक्षकाच्या खुर्चीतून समोरून बघत असतो. पण जर हीच जादू आपण स्टेजच्या मागे जाऊन पाहिली, म्हणजेच 'अदर साईड सीअर' बनून पाहिली, तर आपल्याला वास्तव लक्षात येईल. मग आपण विचार कराल, 'अरे! जादूगारानं जे काही दाखवलं तो तर एक भ्रम होता, धोका होता.'

अगदी याचप्रमाणे आपल्यालाही वाटतं, की ईश्वर आपल्या अंतर्यामी आहे, पण सर्वकाही ईश्वरातच सामावलंय, हे वास्तव आहे. हे सत्य आपल्याला दुसरी बाजू पाहिल्यावरच समजू शकतं. महान जादूगाराची जादू म्हणजेच महामायेची माया वेगळ्या दृष्टिकोनातून पाहिल्यावरच आपण जाणू शकतो.

म्हणून तर विचारांसोबतदेखील आपल्याला हेच करायचंय. आतापर्यंत आपण विचारांना जाणत होतो, ध्यानात मात्र आपल्याला विचारांमागे डोकवायचंय, की ते कोणत्या मौनातून, स्रोतातून निर्माण होताहेत. खरंतर कोलाहल आणि शांतीची उत्पत्तीदेखील तिथूनच होतेय. परंतु आपल्याला केवळ शांतीच नव्हे तर तेजमौन प्राप्त करायचंय. तेजमौन म्हणजे अशी अवस्था जी मौन आणि कोलाहल या दोन्हींच्या पल्याड आहे. हाच ध्यानाचा सहावा लाभ आहे.

आता आपल्याला या सहा लाभांवर मनन करायचं आहे. मनन करण्यासाठी स्वतःला विचारा, 'ध्यानाचे हे सहा लाभ मला कसे प्राप्त होतील? जास्तीतजास्त अवधी मला तेजस्थानावर कसं राहता येईल?' तेजस्थानावर पोहोचणं हेच आपलं पहिलं काम आहे. त्या अवस्थेतच राहून आपण सकाळी जागं व्हायला हवं. असं केल्यानं आपल्याला समजेल, की दिवसभर कार्य करतानाही तेजस्थानावर राहता येणं शक्य आहे. असं जीवन जगण्यासाठी आपल्याला कोणीच अटकाव करणार नाही. मग असं जगणं आपण सुरू करायला हवं. मनरूपी जिन्न पूर्णपणे प्रशिक्षित नसल्यामुळे ते तर्कामध्ये अडकू लागतं. पण ध्यानाद्वारे आपण त्याला प्रशिक्षित करून जास्तीतजास्त वेळ तेजस्थानावर राहण्याचा सराव करत आहोत. डोळे उघडे ठेवूनदेखील आपलं ध्यान तेजस्थानावर राहायला हवं. आपण इतरांसोबत चर्चा करत आहोत... शरीरात त्रास जाणवतोय... थंडी वाजतेय... एखादी समस्या निर्माण झाली... अशा कोणत्याही अवस्थेत आपण तेजस्थानावर राहू शकाल, असं प्रशिक्षण आपल्या मनाला द्यायला हवं.

भाग १७

ध्यानसाधनेसाठीचं महत्त्वपूर्ण पाऊल : ध्यानसाधनेसाठी चार पावले महत्त्वाची आहेत. यातील पहिलं पाऊल आहे शिथिल होणं. शिथिल (relax) होण्यासाठी प्राणायामाचा उपयोग केला जाऊ शकतो. उदाहरणार्थ- चार मोजेपर्यंत श्वास घेणं आणि सहा मोजेपर्यंत श्वास सोडणं. अशा प्रकारे श्वासाला नियंत्रित केलं जाऊ शकतं. हे आरोग्यासाठी तसेच शिथिलीकरणासाठी लाभदायक आहे. प्राणायाम शरीरातील ऑक्सिजनचं प्रमाण संतुलित तर ठेवतंच, शिवाय त्यामुळे शरीरातील कार्बन डाय ऑक्साईड उत्सर्जित होण्यासाठी मदत होते. प्राणायामाव्यतिरिक्त खाली दिलेले प्रयोगही शिथिल होण्यासाठी साहाय्यक ठरतात-

* आरामदायी अवस्थेत राहून एक दीर्घ श्वास घ्या आणि तो हळूवार सोडा.

* मनाला आराम देण्यासाठी आपल्याला प्रिय असणारं दृश्य डोळ्यांपुढे आणा. जसं, एखाद्या बागेचं दृश्य किंवा पहाडावरील धबधब्याचं नैसर्गिक सौंदर्य, समुद्र किनाऱ्यावरील विहंगम दृश्य इत्यादी.

* आपल्या डोळ्यांना त्या दृश्यात रममाण होऊ द्या. त्या दृश्यातील मनाला भावणाऱ्या गोष्टींवर ध्यान द्या.

* ज्याक्षणी त्या दृश्यात आपण आकंठ बुडाल, तेव्हा आपल्या शरीरावर जाणवणाऱ्या संवेदना जाणण्याचा प्रयत्न करा. यानंतरही जर शरीरातील एखाद्या भागात तणाव जाणवत असेल तर तो भाग ताणून ढिला सोडत त्या भागाला म्हणा, 'तणावाला मुक्त कर... मुक्त कर (रिलॅक्स... रिलॅक्स... रिलॅक्स).' अशा प्रकारे, शरीरातील हात, पाय, कंबर, खांदे, गुडघे आणि डोळे तणावमुक्त करा. शरीरातील अवयव आपलं म्हणणं ऐकतात. हा विधी शरीराच्या शिथिलीकरणासाठी फारच परिणामकारक आहे.

भाग १८

ध्यानसाधनेचं दुसरं महत्त्वपूर्ण पाऊल : ध्यानसाधनेतील दुसरं महत्त्वपूर्ण पाऊल म्हणजे 'मनन' कोणतीही गोष्ट सखोलतेनं जाणून घेणं म्हणजे 'मनन'. उदाहरणार्थ- जर

आपल्याला सांगितलं, 'पेनाबाबत विचार करा', तर आपण थोडा वेळ त्याबाबत विचार करतो आणि मग नंतर आपली विचारचक्रं थांबतात. परंतु मनन (contemplation) केल्याने आपण त्यावर त्यानंतरही विचार करू शकतो. मग त्यावेळी दुसऱ्या कोणत्याही गोष्टीचा विचार न करता केवळ पेनाबाबतच विचार करायचाय. मनन आणि चिंतन या दोन्ही क्रिया वरकरणी सारख्या वाटतात, परंतु या दोहोंमध्ये खूप फरक आहे. मनन म्हणजे प्रथम सकारात्मक बाबींवर विचार करून नंतर नकारात्मक बाबींकडे वळणे. मात्र चिंतन अगदी याविरुद्ध आहे. त्यामध्ये प्रथम नकारात्मक बाबींवर विचार केला जातो आणि नंतरच सकारात्मक! जसं, गुलाबाचं रोपटं पाहताच मनन करणाऱ्याचं लक्ष प्रथम फुलाच्या सौंदर्याकडे जाईल आणि त्यानंतर काट्याकडे जाईल. मग काटे तर फुलाच्या सुरक्षेसाठी आहेत, याचं महत्त्वही त्याला उमजेल. पण चिंतन करणाऱ्याचं लक्ष सर्वप्रथम काट्याकडे जाईल आणि त्याला फुलाची सुंदरता दिसणारच नाही. परिणामी तो निसर्गाच्या आनंदापासून वंचित राहील. यामुळेच मनन-चिंतनाला महत्त्व दिलंय, चिंतन-मननाला नव्हे.

'मनन' हा मनाला एकाग्रचित्त करण्याचा विधी आहे. बुद्धिमान मनुष्य मनाला एकाग्रचित्त करण्यासाठी मननाला जास्त महत्त्व देतो. ज्या बाबी सहजतेने लक्षात येत नाहीत, त्या केवळ मनन केल्याने लगेच समजतात. त्यामुळेच म्हटलं जाते, मनन केलं नाही तर अमूल्य हिरासुद्धा कोळशासमान आहे.

एकाग्रता : एकाग्रता हे ध्यानसाधनेचं तिसरं पाऊल आहे. अहंकारी आणि पुष्ट मनासाठीचा हा उत्तम व्यायाम आहे. मन ज्यावेळी खूप विचारांमध्ये असतं, त्यावेळी ते अहंकारी आणि पुष्ट होतं. असं मन विषयाच्या सखोलतेत जात नसल्यामुळे ते संवेदनशील नसतं. पण आपल्याला याच मनाला तीक्ष्ण, तेज आणि सूक्ष्म बनवायचंय. त्यासाठी आपल्याला त्याला एकाग्रतेचं प्रशिक्षण द्यावं लागेल. एकाग्रता हे मूळ साध्य नसलं तरी ते लक्ष्यप्राप्तीसाठी साधन बनू शकतं. एकाग्रता म्हणजे मनासाठी नावडत्या असणाऱ्या गोष्टीवर लक्ष टिकवून ठेवणं, एकाग्रतेचा सराव करताना मनासोबत पुढील तीन गोष्टी नेहमीच असतात.

१. एकाग्रतेमध्ये मनाला कंटाळा येतो.

२. एकाग्रतेमध्ये मन 'नमन' होतं.

३. एकाग्रतेमध्ये मन सखोलतेनं काम करायला तयार होतं.

सजगतेने आत्मनिरीक्षण : ध्यानाचं चौथं पाऊल आहे आत्मनिरीक्षण. आत्मनिरीक्षणाद्वारे मनाला हे सत्य समजतं, की त्याच्या दुःखाचं खरं कारण म्हणजे त्याचं कपट (असत्य) हेच आहे. ही समज ग्रहण करताच मन कपटमुक्त व्हायला तयार होतं.

आत्मनिरीक्षण म्हणजे प्रत्येक घटनेत स्वतःचं अवलोकन करणं. याला एका प्रयोगाद्वारे समजून घेऊ या. दिवसात प्रत्येक तासागणिक स्वतःला प्रश्न करा, 'यावेळी माझ्या मनाची स्थिती कशी आहे? यावेळी माझी कोणती अवस्था आहे?' याप्रकारे तासागणिक स्वतःला प्रश्न विचारल्यानं खरंतर आत्मनिरीक्षण आत्मपरीक्षण बनेल. परिणामी, सजगता वाढेल आणि स्वसाक्षीचा जन्म होईल.

भाग १९

ध्यान आणि निर्विचार अवस्थेतील समानता : ध्यान म्हणजे 'काही न करणे' याचाच अर्थ निर्विचार अवस्थेची ओळख. ध्यानाची सुरुवात सजगतेने (Awareness) होते, ज्यामध्ये सर्वप्रथम आपण विचारांना जाणतो. कारण मनुष्याच्या दिवसाची सुरुवातही विचारांनी होते आणि शेवटही! म्हणजे तो सदासर्वदा विचारांशीच आसक्त असतो. यामध्ये सुख-दुःख, आनंद, निराशा, व्याकुळता, अतिउत्साह, समस्या अशा अनेक स्वरूपाच्या विचारांचा समावेश होतो. जणू काही आपण स्वतःचा रिमोट कंट्रोल विचारांच्या हाती सोपवलाय. या विचारांना ज्यावेळी आपण सजगतेनं जाणतो, त्यावेळी निर्विचार अवस्था प्राप्त करतो. या अवस्थेपर्यंत पोहोचलो तरच मग खऱ्या अर्थानं 'ध्यान सफल झालं' असं म्हणता येईल.

आपण दिवसभरात किती वेळ निर्विचार राहू शकता, असा प्रश्न जर आपल्याला विचारला, तर याची वेगवेगळी उत्तरं येतील. १ मिनिट, २ मिनिटे, ५ मिनिटे, १५ मिनिटे अशी याची असंख्य उत्तरे असू शकतील. परंतु दिवसात ६ ते ८ तास आपण निर्विचार राहू शकता, हे ऐकून कदाचित आपल्याला धक्काच बसेल. प्रथम तर यावर आपला विश्वासच बसणार नाही, पण 'झोपेत आपण निर्विचार असतो' हे समजताच वास्तव समोर येईल. सत्य तर हेच आहे, की आपल्यातील प्रत्येकजण दररोज ६ ते ८ तास निर्विचार अवस्थेत असतो आणि ही अवस्था सर्वांसाठीच नैसर्गिक, आनंददायी असते. त्यामुळेच प्रत्येकाला झोपायला आवडतं. झोपेअभावी तर आपण अस्वस्थ किंवा बेचैन होतो.

निर्विचार होण्याच्या विविध पद्धती आहेत. जसं, एखादा मनाला एकाग्रचित्त करतो म्हणजे असंख्य विचारांवरून एका विचारावर येऊन मग अचानक 'निर्विचार' होतो. कोणी श्वासावर ध्यान करतो, कोणी जप तर कोणी नामस्मरण करतो. काहीजण विचारांवर ध्यान करतात, जसं विचारांना अनासक्त होऊन पाहतात. परंतु या सर्वांमागे 'मला निर्विचार व्हायचंय' हा एक विचार तर असतोच. एखाद्यानं आपल्याला विचारलं, 'झोप येण्यासाठी आपण काय करता?' तर आपण त्याला सांगाल, 'आम्ही अंथरुणावर पडून डोळे बंद करतो.' म्हणजेच ज्यावेळी सर्व क्रिया बंद होतात, त्यावेळी झोप येते. इतकं की यावेळी विचार येणंही बंद होतं. म्हणजेच झोपताना आपण 'विचार येणं बंद व्हावं' हासुद्धा विचार करू नये. याच प्रकारे ध्यानाला बसताना 'काहीच करायचं नाही' या तयारीनं बसायला हवं.

भाग २०

ध्यानात होणाऱ्या चुका : ध्यान केल्यानं मनुष्याचा अहंकार वाढू शकतो, ही ध्यानात सर्वांत मोठी चूक घडण्याची शक्यता आहे. जर असं झालं तर त्याला मूळ लक्ष्य मिळालंच नाही. अर्थात ज्या सत्यप्राप्तीसाठी आपण जगताय, तेच मिळालं नाही, अन्य सर्व मिळालं. ध्यानमार्गावर मनुष्याकडून ही सर्वांत मोठी चूक होऊ शकते. ध्यानामुळे सर्व शक्ती जागृत होऊन मन एकाग्र होतं. हे एकाग्र मन म्हणजेच खूप मोठी शक्ती आहे. या एकाग्र मनामुळेच मनुष्य आयुष्यात खूप काही मकरू शकतो. विश्वातील सर्व शक्ती किंवा चिकित्सा शक्ती, हिलिंग पॉवर्स याबाबत आपण नेहमीच ऐकलंय. पण या सर्व शक्ती केवळ एकाग्र मनाचाच आविष्कार आहेत. वास्तविक यामुळे लाभ तर अनेक झाले, परंतु या लाभासाठींची यात्रा सुरूच न झाल्याने मोठं नुकसानही झालं.

एका उदाहरणाद्वारे हे समजून घेऊ या : समजा, आत्मसाक्षात्कारासाठी आपण ब्युटी पार्लरमध्ये गेलात आणि तेथून केवळ ताजेतवाने होऊन आलात तर ज्याकरिता आपण गेला होता तो उद्देशच सफल झाला नाही. त्यामुळे थोडी सावधगिरी बाळगा. अन्यथा, ध्यानाचे बाह्य लाभ इतके आकर्षित करतील, की तेच आपलं अंतिम ध्येय बनतील. बाह्य लाभांमध्ये गुंतल्याने ते आपल्याला इतके प्रभावित करतील, की मग आपण म्हणाल, 'मला हेच तर हवंय, बस... आणखी काही नको.'

ध्यान विधीमध्ये 'साक्षी' हा सर्वांत मूळ शब्द आहे. प्रत्येक आध्यात्मिक पुस्तकात आपल्याला याचा उल्लेख आढळेल. साक्षी भावनेनं भरून जाणं म्हणजे एखाद्या बाहेरील

गोष्टीला निमित्त बनवून सेल्फवर परतणं. याला आपण जर 'स्वसाक्षी' म्हणालो तर ते उचित ठरेल. कारण साक्षी शब्ददेखील भ्रमित करणारा झालाय. सुरुवातीला ज्यांनी हा शब्द बनवला, त्यांना हा शब्द कालांतराने एवढा दूषित होईल, याची कल्पनाच नव्हती. त्यामुळे आता 'स्वसाक्षी' हा शब्द जास्त योग्य ठरेल.

स्वसाक्षीवर परतणं म्हणजे बाहेरील वस्तू, घटना यांना निमित्त बनवून 'स्व' (सेल्फ)मध्ये स्थापित होणं. जसं बाहेरील दृश्यामुळे डोळ्यांची तर आवाजामुळे कानांची जाणीव होते. परंतु आपल्याला आवाजात गुंतून राहायचं नसून कानांचं अस्तित्व जाणायचंय. दृश्यांमध्ये अडकून न पडता डोळ्यांचं अस्तित्व जाणायचंय. सुगंधामध्ये न अडकता नाकाचं आणि स्वादामध्ये गुंतून न जाता जिभेचं अस्तित्व जाणायचंय. विचारांमागे न धावता विचारांप्रति सजग असणाऱ्याला (सेल्फ) जाणायचंय. जिथे कोणतंही इंद्रिय नसून त्याला ना डोळ्यांनी जाणता येतं ना कानांनी! त्या परमस्रोतावर परतण्याची जाणीव आपल्याला बाह्य दृश्यांमुळे होतेय. परंतु अज्ञान आणि समजेअभावी परमस्रोतावर परतण्याची माहिती मिळत असूनही आपण त्याकडे दुर्लक्ष करतो.

भाग २१

ध्यानाचं खरं लक्ष्य आणि येणाऱ्या अडचणी : ध्यानाचं असली लक्ष्य म्हणजे 'मी कोण आहे?' हे जाणणं. शरीर, मन, बुद्धी यांपलीकडे असणाऱ्या 'स्व'अस्तित्वाला जाणणं. 'आपल्या असण्याचा अनुभव आहे, आहा! ज्याला आपण चेतना (Consciousness), 'असली मी', 'अव्यक्तिगत मी', 'एकम' अशा विविध नावांनी संबोधतो.'

मनुष्यजीवनाचं उद्दिष्ट आहे, पूर्णतः खुलून स्वतःतील सर्व शक्यता विकसित करणं... ईश्वराचा पृथ्वीवर जो लीलारूपी खेळ सुरू आहे, त्याचा आनंद घेणं. जे केवळ ध्यानाद्वारेच शक्य आहे. पृथ्वीतलावरील प्रत्येक प्राणिमात्रांची त्याच दिशेने वाटचाल सुरू आहे. एवढंच काय, तर बागेतील प्रत्येक फूलसुद्धा त्याच उद्दिष्टपूर्तीसाठी उमलतंय, फुलतंय. ही बाब निराळी, की कधीकधी फूल पूर्ण उमलण्यापूर्वीच त्याला कुणी खुडतं, कधी सोसाट्याच्या वाऱ्यामुळे तर कधी कीटकांनी खाल्ल्यामुळे ते पूर्णतः खुलू शकत नाही. परंतु फुलाचं मूळ लक्ष्य असतं पूर्ण खुलून आपल्यातील सुगंध हवेद्वारे सर्वदूर पसरवणं.

जीवनात पूर्ण उमलून आपलं लक्ष्य प्राप्त करण्यासाठी आपल्या सभोवताली सत्यप्राप्तीसाठी कोणती व्यवस्था आहे, जेणेकरून तिचा लाभ घेऊन मी माझं ईप्सित लवकरात लवकर साध्य करेन? जर हे लक्ष्य स्पष्ट झालं तरच आपल्या जीवनात ध्यान सुरू होईल. मग आपल्या जीवनात येणाऱ्या संधी आपण कधीही गमावणार नाही. आध्यात्मिक मार्गावर घेऊन जाणारे प्रत्येक सत्य श्रवण आपण नेहमीच ऐकाल. त्यामुळे श्रवण, सेवा, भक्ती, प्रार्थना आणि ध्यान अगदी सहजतेनं होईल आणि आपण नेहमीच प्रेम, आनंद आणि मौनासह जगण्याची इच्छा बाळगू.

लक्ष्य साध्य करताना पाच बाबी नेहमीच आपल्याला रोखतात- १) अज्ञान, २) बेहोशी, ३) वाईट संगत (कुसंग), ४) याच जन्मात केलेली चुकीची कर्मे (चुका) आणि ५) कुसंस्कार (टेन्डन्सी).

शरीरात ठाण मांडून बसलेल्या वृत्ती म्हणजेच पॅटर्नसमुळे आपण बेहोशीत काम करत असतो. जसं, एखाद्यानं शिवी देताच प्रत्युत्तरादाखल आपणही त्याला शिवीच देतो. कारण आपल्या मनाचं तसं प्रोग्रॅमिंग झालंय. ही वृत्ती बनल्याचं आपल्याला कळतही नाही.

ध्येयाकडे वाटचाल करण्यासाठी पुढील पाच गोष्टी साहाय्यकारी ठरतात. १) प्रामाणिकपणे केलेली 'स्व'ची चौकशी (सेल्फ इन्क्वायरी), २) मनन (कंटेम्प्लेशन), ३) विवेकबुद्धी जागृत करणे. सेल्फ इन्क्वायरी करत असताना आपल्यासमोर सत्य-असत्य यांतील भेद स्पष्ट होईल. 'मी कोण आहे?', 'कोणाला वाईट वाटलं?', 'कोणाला बरं वाटलं?', 'जे झालं ते कोणासोबत झालं?' या गोष्टींचा उलगडा होईल. ४) सत्यावी संघ (ग्रुप टीम) आणि ५) लक्ष्यप्राप्तीकडे वाटचाल करताना 'सत्संग' सहकार्य करतो.

सत्यावी संघ म्हणजे असा ग्रुप, ज्यातील सर्व सदस्य सत्यमार्गावर मार्गक्रमण करत आहेत, जिथे सर्वांच्या चेतनेचा स्तर उच्च आहे. सत्संग, जिथे केवळ सत्याचीच चर्चा होते. तिथे आपण वास्तवात जे आहात, त्याची ओळख होते. खरा सत्संग, अंतिम सत्संग यासाठी आपल्याला मदत करतो.

भाग २२

मौन : या विश्वातील सर्वोत्तम भाषा म्हणजे 'मौन'! शब्द, भावना आणि विचार

या सर्वांपलीकडील अद्‌भुत अवस्था म्हणजे मौन. मौन म्हणजे अशी अवस्था- जिथून शब्द स्फुरतात आणि याच अवस्थेत ते विलीनही होतात. शब्द कोणताही असो आणि विचार कितीही असोत... सर्वांच्या निर्मितीमागचं कारण म्हणजे मौनावस्था! या अवस्थेप्रत पोहोचणं म्हणजे 'स्व'ला जाणणं. मौनरूपी कागदावर विचाररूपी शब्द लिहिले जातात.

मनुष्य एकांतात या मौनाचा अनुभव घेऊ शकतो, पण गर्दीतही एकटं राहण्याच्या कलेचं नाव आहे 'मौन.' रोजच्या व्यावहारिक जगण्यात, कामकाज सुरू असतानाही जर मनुष्य मनाला पूर्णपणे शांत ठेवू शकला, तर तो खरोखर एकांतवासाचा आनंद घेऊ शकतो. मग परमशांतीच्या शोधार्थ कुठे दूर अरण्यात जायची गरजच काय? समजा, एखादा जंगलात राहणारा मनुष्य जर अगणित विचारांच्या दलदलीत अडकलेला असेल, तर तो एकटा असूनही एकांतवासाचा अनुभव घेऊ शकत नाही. मौन अवस्था तेव्हाच प्राप्त होते, जेव्हा या विषयाशी निगडित निखळलेला दुवा आपल्यासमोर येतो आणि तो म्हणजे, 'समज' (अंडरस्टॅण्डिंग). योग्य समजेमुळे आपण सहजपणे एकांताचा अनुभव घेऊ शकतो. 'एकांत' म्हणजे जिथे एकाचादेखील अंत होतो, अशी अनुपमेय, अद्वितीय अवस्था... जिथे द्वैतभाव तर संपलेलाच असतो, शिवाय एकमात्र अस्तित्वाचाही जिथे अंत होतो, ती परमशांतीची स्थिती म्हणजे मौन! जिथे तूही नाही आणि मीदेखील नाही, दोनही नाही आणि एकही नाही.

मौनापर्यंत पोहोचण्याचा पहिला टप्पा म्हणजे ध्यान. पण ध्यानाबाबत बहुतांश लोकांचा एक गैरसमज असतो. तो म्हणजे, 'ध्यानात एकही विचार यायला नको, केवळ मौनच असायला हवे.' पण ध्यानात सर्व प्रकारचे विचार येत असतात. अंतर्मनाच्या तळाशी लपलेल्या सर्व विचारांचं दर्शन करून त्यापासून मुक्त होण्याचा विधी म्हणजेच ध्यान. पण अज्ञानवश मनुष्य विचारांशी आसक्त होतो. विचारांसोबत असणारी आसक्तीच त्याच्यासाठी त्रासदायक ठरते. म्हणूनच विचारांना अलिप्तपणे जाणणारा कोण आहे, याचा शोध घ्यायला हवा. कारण आपण मनात उमटणारे विचार नसून, त्यांना जाणणारे 'स्वसाक्षी' आहात. ध्यानात या स्वसाक्षीलाच जाणण्याचा सहज प्रयत्न असतो. जाणणाऱ्याला जाणणं म्हणजेच 'आत्मसाक्षात्कार.'

भाग २३

ध्यानामध्ये समजेचं महत्त्व : समजेच्या मार्गावरून मार्गक्रमण करणाऱ्या

साधकाला पहिला प्रश्न हाच पडतो, की समज म्हणजे नेमकं काय? केवळ सत्य श्रवण केल्याने मोक्षप्राप्ती शक्य आहे का? सत्संगात उपस्थित राहून स्वअनुभव मिळू शकतो का? या अनुभवाच्या शोधार्थ कित्येक साधक अनेक मार्गांवर भटकत आहेत.

प्रस्तुत प्रश्नांचं केवळ एकच उत्तर आहे, ते म्हणजे समजेद्वारेच स्वअनुभव प्राप्त होऊ शकतो, कारण समज स्वतःमध्येच परिपूर्ण आहे. या मार्गावरून मार्गक्रमण करणारा साधक, 'मी कोण आहे? माझं असली अस्तित्व काय?' या प्रश्नांना समजेद्वारे सहज जाणून घेत 'स्व'अनुभव घेऊ शकतो. आजपर्यंत सांगितलेल्या मार्गांपैकी समजेचा मार्ग सर्वश्रेष्ठ आहे. कारण जप, तप, तंत्र, मंत्र, कर्म, धर्म, भक्ती, ध्यान आणि ज्ञानमार्गावरून वाटचाल करताना साधक जोपर्यंत त्यामध्ये समजेचा धागा जोडत नाही, तोपर्यंत तो परम लक्ष्यापर्यंत पोहोचतच नाही. समजेविना साधक कोणत्याही मार्गाने गेला तरी तो परम लक्ष्यापर्यंत पोहोचू शकत नाही. ही समज आपल्यापर्यंत पोहोचविण्याचा प्रयत्न येथे केला जात आहे.

भाग २४

ध्यानाचा पहिला शत्रू : ध्यानाचा पहिला शत्रू आहे, 'निराशा आणि शंका'. दररोज निरंतरतेने ध्यान करणाऱ्या साधकाला जीवनात काही लाभ होताना दिसत नाही, तेव्हा तो कमालीचा निराश होतो. मग या नैराश्यामुळे त्याचं मन एकाग्र होऊ शकत नाही. तो स्वतःला शक्तिहीन समजू लागतो. हे टाळण्यासाठी निराशाजनक विचार येऊ लागताच त्वरित सकारात्मक विचारांची कास धरा. कारण सूर्यासमोर काळे ढग दाटल्यानंतर ते काही वेळाने निघून जातात. मग त्या ढगांच्या पल्याड लपलेला सूर्य पुन्हा त्याच तेजाने प्रकाशू लागतो. अगदी त्याचप्रमाणे नैराश्यपूर्ण विचार म्हणजे काही वेळाने निघून जाणारे काळे ढग आहेत. या ढगांच्या येण्या-जाण्याने आपल्याला काहीच फरक पडत नाही. कारण आता आपलं ध्यान ढगांवर नसून त्यांमागे असणाऱ्या मौनरूपी सूर्यावर (स्रोतावर) आहे. गरज आहे ती केवळ या नकारात्मक विचारांना साक्षीभावाने (अनासक्त भावनेने) पाहण्याची! यासाठी 'मी निराश आहे', असं कधीच म्हणू नका, त्याऐवजी 'माझ्या मनात सध्या निराशेचे विचार असून लवकरच ते निघून जातील', असं म्हणा. या अनासक्त भावनेमुळे आपल्या मनातील निराशेचे विचार सहज विलीन होतील. मग आपण एकाग्रचित्त होऊन ध्यान करू शकला नाहीत तरच नवल!

शंका : निराशेप्रमाणे ध्यान असफल ठरवणारा शत्रू म्हणजे 'शंका-कुशंका'. जसं- इतर लोकांप्रमाणे मी योग्यरीत्या ध्यान करू शकेन का? मी दीर्घ अवधीसाठी ध्यान करू शकेन का? इतर लोक ध्यान करताना आलेला अनुभव प्रभावीपणे सांगू शकतात, तसं मलाही जमेल का? ध्यान खरोखर माझ्यासाठी आहे का?

ध्यानाला बसल्यानंतर मन म्हणेल, 'यामुळे कोणताही लाभ होत नाहीये... मी ध्यान नाही करू शकणार. माझ्या जीवनात अनेक प्रकारच्या अडचणी आहेत. मला अमुक-अमुक आजार आहे... माझ्या पायांना वेदना आहे... माझे शिक्षण कमी आहे... मला समजणार नाही...' इत्यादी. याप्रकारे मन कारणं देऊ लागताच त्याला समजावून सांगा, 'ध्यानासाठी उच्च शिक्षणाची गरज नाहीये. शरीर त्रासरहित किंवा कष्टरहित असणंही आवश्यक नाही. याप्रकारच्या शारीरिक अवस्थेतही ध्यान केलं जाऊ शकतं.' ध्यानाबाबतीत मनामध्ये कुठल्याही प्रकारची शंका किंवा संशयाला जागा देऊ नका. ध्यानाच्या या पहिल्या शत्रूपासून सावध राहा.

भाग २५

ध्यानाचा दुसरा शत्रू : ध्यानाचा दुसरा शत्रू आहे मोह किंवा आसक्ती, द्वेष आणि इंद्रिय सुखाचे विचार. ध्यानाला बसल्यानंतर आपल्याला काही नकारात्मक घटना आठवतील. जसं, प्रतिस्पर्ध्याचा बदला घेण्याचा विचार आपल्या मनात येईल. अशा विचारांमुळे आपल्याला संतुष्ट वाटेल. अहंकाराला अशीच संतुष्टी तृप्त करत असते. अहंकार म्हणत असतो, 'मला हेच तर हवं होतं, की प्रतिस्पर्ध्याचा बदला कसा घ्यायचा.' ध्यानादरम्यान बदला घेण्याचे विचार येत असतील तर त्वरित सजग व्हा. कारण या विचारांसोबत लोभ, कामुकता आणि इंद्रियसुखाबाबतचे विचार येण्याची दाट शक्यता आहे. मनुष्याच्या अनेक महत्त्वाकांक्षा असतात. तो अनेक विषयांकडे लक्ष देत असल्याने त्याच्या मनात कित्येक दृश्यांच्या प्रतिमा तयार होतात. ध्यानादरम्यान ही सर्व दृश्यं चित्रपटाप्रमाणे त्याच्या डोळ्यांसमोरून फिरू लागतात आणि साधक त्यामध्ये अडकतो. या विचारांमध्ये खूप वेळ अडकून पडल्यानंतर त्याला आठवतं, 'अरे बाप रे, मी तर ध्यान करायला बसलोय.'

मंदिरात गेल्यानंतर आपल्या मनात कोणते विचार येतात? संबंधित स्थानाबाबतचेच विचार त्यावेळी आपल्या मनात आले पाहिजेत. जर आपल्याला अन्य बाबींबाबत विचार

करायचाय तर मग घरी जाऊन आपण करू शकतो. याच प्रकारे ध्यानाला बसल्यानंतर तेच विचार मनात आले पाहिजेत, जे आवश्यक आहेत. मोहमायेच्या विचारांकडे त्यावेळी कटाक्षाने दुर्लक्ष करा. ध्यानाच्या या दुसऱ्या शत्रूपासून नेहमी सजग राहा.

भाग २६

ध्यानाचा तिसरा शत्रू : ध्यानाचा तिसरा शत्रू आहे आळस. अनेकदा ध्यानादरम्यान शरीर साथ देत नसल्यानं आपल्याला झोप येते आणि मग आपलं मन म्हणतं, 'तसंही ध्यान योग्य प्रकारे होत नाहीये. त्यामुळे ध्यान न करता प्रथम गाढ झोप घेऊ या.' आपल्याला धोका देण्यासाठी मन या प्रकारच्या तर्कांचा अनेक वर्षांपासून वापर करत आलंय. या सवयीमुळे ध्यान न करण्यासाठी मन विविध तर्कांचा उपयोग करतं. पण तर्काचं हे खोटं नाणं जास्त दिवस चालत नाही. जोपर्यंत आपण तर्काला वाव देतो, तोपर्यंतच त्याचा उपयोग होतो. पण सजग होताच तर्काचं काम बंद होतं. ध्यानाच्या शत्रूसोबतही आपल्याला असंच करायचंय. ज्यावेळी आपण सुसज्ज राहून या शत्रूंचा सामना करतो आणि ध्यानात बाधा आणणाऱ्या विचारांना डावलून ध्यान सुरू ठेवतो, त्यावेळी हे सर्व शत्रू नामोहरम होतात.

तर्करूपी शत्रूपासून तत्काळ सावध व्हा. ध्यान केल्याने काहीही साध्य होत नाही; असं मन ज्यावेळी बहाणा करेल, त्यावेळी त्याला सांगा, 'ध्यानात काही होवो अथवा न होवो, मला यामुळे काहीच फरक पडत नाही. मी ध्यान करण्याचा निर्णय घेतल्यानं कोणत्याही परिस्थितीत मी ध्यान करणारच!'

ध्यानाच्या सर्वोच्च स्तरावर पोहोचण्यासाठी 'सातत्य हीच यशाची गुरुकिल्ली आहे' हा मंत्र नेहमीच लक्षात ठेवा. ध्यान करण्याच्या सातत्यात कधीही खंड पडू देऊ नका. ध्यानात जर मन फारच उत्तेजित होत असेल तर चेहऱ्यावर थंड पाण्याचा शिडकावा करा. प्रत्येक कारण आणि बाधा असतानाही हे निश्चित करा, की एका ठराविक अवधीसाठी आपण आपल्या मनाकडून कार्य करून घेणार आहोत. हेच आपलं ध्येय समजा.

भाग २७

ध्यानामध्ये विधींचे महत्त्व आणि उद्देश : ध्यानामध्ये विधीचा उद्देश केवळ

आपण समाधी अवस्थेत पोहोचावं हाच आहे.

काही लोक श्वासाचा विधी करतात. श्वास कधी आत गेला व कधी बाहेर आला, यावर लक्ष केंद्रित करतात. हा विधी वर्तमानात मन स्थिर करण्यासाठी उपयोगात येतो. मन गायब व्हावे याकरिता विधींची निर्मिती केली गेलीय. ध्यान वर्तमान आहे, म्हणजेच ज्यावेळी आपण वर्तमानात असतो, त्यावेळी मनाची आवश्यकताच नसते. वर्तमानातून बाहेर जाण्यासाठी मनाची गरज असते. वर्तमानात राहणे म्हणजे सध्या काय घडतंय ते जाणणे... श्वास आत येतोय... श्वास बाहेर जातोय... हृदयाचे ठोके सुरू आहेत... शरीरात काही अनुभव येतोय इत्यादी. हे सर्व वर्तमानात होतंय. यावर ध्यान करताना लोक समाधी अवस्थेत पोहोचतात.

समाधी अवस्थेत श्वास अतिशय संथ गतीने सुरू असतो. कधी-कधी तर तो सुरू आहे की नाही, हेदेखील कळत नाही. याचा अर्थ असा आहे, की विधीद्वारे सुरुवात तर झाली परंतु नंतर आपण विधीला सोडलंय. जसं, आपण नदीच्या दुसऱ्या किनाऱ्यावर पोहोचण्यासाठी होडीचा उपयोग करतो आणि त्या किनाऱ्यावर पोहोचताच होडीला सोडतो, तसा हा प्रकार होय. विधी आपल्यासाठी होडीचं काम करत असतो, जेणेकरून आपण समाधी अवस्थेत (दुसऱ्या किनाऱ्यावर) पोहोचू. मग विधी सुटतो आणि आपण मौन/समाधी अवस्थेत राहतो.

ध्यानात केवळ उपस्थित राहावं लागतं : ज्याप्रमाणे झोप लागण्यासाठी आपण काहीच प्रयत्न करत नाही, त्याचप्रमाणे ध्यान करण्याचा प्रयत्न कराल ते होणार नाही. जे लोक जबरदस्तीने झोपण्याचा प्रयत्न करतात, त्यांना झोप येत नाही. याच प्रकारे मन नेहमीच प्रयत्न करत राहतं म्हणून त्याला काही विधी दिले जातात. वास्तविक, यामुळे इतर उद्देश साध्य होत असतो. मनाला एकाग्र करण्यासाठी विधीची मदत घेतली जाते, अन्यथा चंचल मन ध्यानात बाधा आणतं. त्यामुळेच असं म्हणतात, मनाला जर कोणत्या इतर कामात गुंतवलं तर आपल्याला जे हवं असतं, ते सहज मिळतं. हे एक तंत्र होय.

विधी आपल्या सुविधेसाठी आहेत. जर आपण विधींमध्येच गुंतलो आणि ध्यानाबाबत तपासणी करत राहिलो, जसं, काही झाले का?... समाधी अवस्थेत पोहोचलो का?... शरीराचा अनुभव गायब झालाय का?... तर मग काहीही साध्य होणार नाही. ज्यावेळी आपण ही चिंता त्यागून 'काही होवो अथवा न होवो, त्यामध्ये चिंता करण्याचं काहीच कारण नाही' असं ठरवता, त्यावेळी आपण ध्यानाच्या सखोलतेत उतरता.

ध्यानाचा हा गुण आपल्यात आला, की मग सर्व कसं सहज होतं. ध्यानात आपल्याला केवळ समर्पित होऊन बसायचंय आणि स्वतःला सांगायचंय, 'जी कृपा माझ्यावर होतेय, त्याकरिता मी ग्रहणशील आहे.'

भाग २८

ईश्वराच्या मूर्तींच्या आविष्काराची आवश्यकता : मूर्तींचा आविष्कार मनुष्याची ग्रहणशीलता वाढण्यासाठी झाला. मूर्तिकारांनी ज्या ईश्वराच्या काही मूर्ती बनवल्या, त्यावर आणि त्यांच्या गुणांवर मनन केलं गेलं. ज्यायोगे मनुष्याला माया नव्हे तर सत्याची आठवण यावी. मनुष्य जेव्हा सर्वगुणसंपन्न होतो, तेव्हा त्याला ईश्वर म्हटलं जातं. मनुष्याने कोणते गुण आत्मसात करायला हवेत, याचा संकेत देण्यासाठी मूर्तींची निर्मिती झाली. काही मूर्तींसोबत कथाही रचल्या जातात, जेणेकरून ते गुण दीर्घकाळापर्यंत आपल्या स्मरणात राहतील. एकाच मूर्तीमध्ये अनेक गुणसुद्धा असतात. मनुष्य ज्यावेळी या मूर्तींमध्ये म्हणजेच ईश्वराच्या गुणांवर आपलं ध्यान केंद्रित करतो, त्यावेळी तो ग्रहणशील बनतो.

ध्यानाचा हाच नियम आहे, 'ज्या गोष्टीवर आपण ध्यान कराल, तेच आपण बनाल.' ज्ञान आणि सत्याची समज नसल्याने सध्या लोक मूर्तींचा खरा अर्थ विसरूनच गेले आहेत. आज भगवान बुद्धाच्या मूर्तीसमोर बसून लोक मोहमायेचा विचार करत असतात. भगवान बुद्धांनी दिलेल्या ध्यानाला ते आठवत नाहीत. वास्तविक, मूर्तींची निर्मिती याच उद्देशाने करण्यात आली होती. भगवान बुद्धांनी स्वतःची मूर्ती बनवायला सांगितलंच नव्हतं, परंतु ज्याने ती मूर्ती घडवली, त्याला मूर्तीद्वारे होणारे लाभ माहिती होते. मनुष्य ध्यान करत नाही, यासाठी त्याला प्रोत्साहन देण्याची आवश्यकता असते, हे त्याला माहिती असल्याने त्याने मूर्तींची निर्मिती केली.

काही लोक मूर्तिपूजेचे खंडण करतात तर काही लोक गुणगान! परंतु या दोघांकडेही अर्धवट ज्ञान असतं. त्यामुळेच लोकांचे दोन वर्ग होतात, एक आकाराला मानणारे तर दुसरे निराकाराला मानणारे.

सध्या लोक कर्मकांडांत अडकल्याने मूर्ती बनवण्यामागचा असली अर्थ हरवलाय. काही आत्मसाक्षात्कारी लोकांनी मूर्तिपूजेचं समर्थन केलंय तर काहींनी खंडन! वास्तविक त्यांना संपूर्ण सत्य माहिती होतं, परंतु त्यांनी त्या काळाचं महत्त्व जाणून आपलं कार्य

केलं. लोक अंधश्रद्धेच्या गर्तेत अडकून मूर्तिपूजा करत असल्याचं पाहून त्यांना यातून बाहेर काढण्यासाठी काहींनी मूर्तिपूजेचं खंडन केलं. आजही लोक मूर्तींच्या नावावर दंगल घडवताहेत. लोकांनी जर मूर्तींच्या गुणांवर ध्यान केंद्रित केलं असतं, तर असं कधी घडलंच नसतं.

भाग २९

ध्यान आपला खरा धर्म : ध्यान आपला खरा धर्म आहे. धर्माचा अर्थ आहे, आपण वास्तवात जे आहात... आपला स्वभाव... आपल्या मूळ अस्तित्वाची जाणीव होणं... ईश्वराची पूर्वावस्था. यानंतर विश्व प्रकटलं... आणि मग इतर गोष्टी आल्या. साधारणतः धर्म या शब्दासोबत संप्रदाय, पंथ, रीतीरिवाज, प्रथा, कर्मकांड, सण जोडले गेले. वास्तविक या सर्व गोष्टी बाह्य आवरण आहेत. या आवरणाच्या आत दडलेलं तत्त्व, 'मी आहे'ची अनुभूती (स्वअनुभव) हाच मनुष्याचा खरा धर्म आहे. वेळ आणि आवश्यकतेनुसार धर्मासोबत आजूबाजूला आपोआप काही बाबी जुळल्या आणि त्यालाच मूळ मानण्याची चूक मनुष्याद्वारे होतेय.

ज्यावेळी आपण ध्यानात असतो, त्यावेळी आपण आपल्या खऱ्या स्वभावाला म्हणजेच 'मी कोण आहे?' हे जाणून घेत असतो. आपण स्वतःला जेव्हा शरीर मानतो, तेव्हा शरीरासोबत जे काही घडत असतं, त्यालाच आपण स्वभाव समजू लागतो. शरीरासोबत काय-काय घडतंय? आपल्या मनात चालत असलेले भिन्न-भिन्न विचार, शरीरात वाहत असलेलं रक्त, श्वासोच्छ्वास, अनेक विकार यांपैकी प्रत्येकक्षणी काही ना काही चाललेलं दिसतं. परंतु मनुष्य या गैरसमजुतीत फसून त्यालाच आपला 'स्वभाव' मानतो. परंतु वास्तवात तो तुमचा स्वभाव (धर्म) नाहीच.

धर्माला कसं समजलं पाहिजे, कसं धारण केलं पाहिजे? जर आपण धर्माला हँगरवर टांगून म्हणाल, 'मी हिंदू आहे, मी मुस्लिम आहे, मी सिख, ख्रिश्चन आहे' तर याचाच अर्थ तुम्ही तो धारण केला नाही. जसं, आपला पोशाख हँगरला टांगलेला असला, की तो घालण्याची इच्छा मनात येत नाही. त्याला परिधान करण्याचा अनुभव तेव्हाच येतो, जेव्हा तो हँगरवरून काढून आपण घालतो. याच प्रकारे जर धर्माला हँगरवरून काढून जीवन जगलं, तर त्याचा अनुभव घेता येतो आणि तेव्हाच तो धारणही केला जातो. हाच धर्माचा मूळ उद्देश आहे.

धर्माचा उद्देश तेव्हाच पूर्णत्वास जाईल, जेव्हा धर्म हा ईश्वराचा गुण आहे, स्वभाव आहे, ही परिभाषा आपल्याला समजेल. मग धर्माला धारण करणं सहज होईल. या उद्देशाला पूर्ण करणे हेच आपल्याला ध्येय वाटेल. आपण जर म्हणाल, 'मला माहितीय की माझा स्वभाव कसा आहे', जेव्हा आपण स्वभाव जाणून त्याची अभिव्यक्ती कराल, तेव्हा उद्देशपूर्ती वाटेल. मनुष्यजीवन ही एक कर्मभूमी असून इथं प्रत्येकाला वेगवेगळी कार्ये पार पाडायची आहेत. ही कार्ये पूर्ण करताना मनुष्य जेव्हा मूळ उद्देशही पूर्ण करेल, तेव्हा धर्मच स्वतः उद्देश बनेल.

भाग ३०

समाधी : समाधी म्हणजे समय-आदि, आदि म्हणजे पहिले. जे कालातीत होतं, समाधी म्हणजे विश्वाच्या पूर्वी जे होतं, त्याला जाणून घेणं. कारण वेळ ही संकल्पना तर नंतर आलीय. विश्व निर्माण होताच वेळेची निर्मिती झाली. जागृत अवस्थेत वेळ, शरीर, मन, बुद्धीच्या पलीकडे पोहोचून स्वअनुभव करणं म्हणजेच समाधी! या अवस्थेत विश्वाच्या निर्मात्याला जाणलं जातं, जो आपल्या अंतर्यामीच आहे. त्याच्या अस्तित्वाला जाणून घेणं म्हणजेच अध्यात्म आहे. समाधीच्या अवस्थेत आपण रोजच असतो. ज्यावेळी आपण गाढ झोपेत असतो, त्यावेळी किती तास झोपलोय, याची आपल्याला माहिती नसते. आपण किती वेळ झोपलो होतो, हे आपल्याला सकाळी उठल्यानंतर समजतं. जी अवस्था आपल्याला वेळेच्या पार घेऊन जाते, ती म्हणजे 'समाधी.' आपण रोज रात्री समाधी अवस्थेत असतो पण ही समाधी बेहोशीतील असते. जागृत अवस्थेतही 'समाधी'मध्ये जाता येतं.

जागृत अवस्थेत समाधीमध्ये जाण्यासाठी काही मान्यकथा बाधा बनतात. समाधी अवस्थेत जाण्यासाठी मान्यता दूर होणं आवश्यक आहे. आपण काही बाबी खऱ्या मानून बसलो आहोत. जर आपल्या सर्व मान्यता नाहीशा झाल्या तर आपण हृदयस्थानावर पोहोचतो. आपण बाह्यजगात सुरक्षेच्या शोधात असतो, परंतु 'खरी सुरक्षा' तर आपल्या अंतर्यामीच आहे. 'मी कोण आहे?' हे ज्ञात होताच, आपल्याला असली सुरक्षेचा अनुभव येऊ लागतो आणि 'मी शरीर नाही' हे समजतं. झोपेत असताना शरीराची जाणीव कुठं असते? तिथं तर केवळ आपणच (सेल्फ) असता, म्हणजेच 'झोप चांगली झाली की नाही' हे सांगणारा जागाच असतो. याच कारणास्तव निद्रावस्थेत कितीही पीडा, त्रास असला; तरी तो जाणवत नाही.

दररोज रात्री झोपेत शरीराची जाणीव नाहीशी होते. पण सकाळी उठताच आपण स्वतःला पुन्हा शरीर मानू लागतो. शरीरासोबत असलेल्या इंद्रियांमुळे एक वेगळं जग तयार होतं. डोळ्यांमुळे दृश्याचं विश्व, कानांमुळे आवाजाचं, नाकामुळे सुगंधाचं, जिभेद्वारे स्वादाचं तर त्वचेमुळे स्पर्शाचं विश्व तयार होतं. ही अनुभूती इतकी प्रखर असते, की दृश्य जगावरच आपला जास्त विश्वास बसतो. यासाठीच तर ध्यानाचं महत्त्व आहे. ध्यानाच्या सखोलतेत पोहोचल्यानंतर आपण समाधी अवस्थेत जातो.

ध्यानाचं अंतिम लक्ष्य 'समाधी' हेच आहे. ध्यान समाधी अवस्थेच्या मार्गावर आपल्याला नेहमीच साहाय्य करेल. आपल्या आणि समाधीदरम्यान येणाऱ्या मान्यता दूर करेल. ज्यावेळी आपण 'मी कोण आहे?' हे ध्यान कराल, त्या प्रत्येक वेळी आपल्याला नवी दिशा मिळेल. आपल्यापुढे एक नवीन सत्य प्रकट होईल, मान्यतांवर मोठा आघात होईल. 'मी शरीर नाही' हा विश्वास दृढ होईल.

भाग ३१

झोप आणि समाधीतील फरकः मनुष्य दररोज झोप घेतो, परंतु समजेविना घेतलेल्या या ८ तासांच्या गाढ झोपेतून सकाळी जागं होताच त्याला अनेक वेदना जाणवू लागतात. त्याच्या कंबरेत, पाठीत त्रास जाणवतो, झोप पूर्ण न झाल्याने डोळे सुजलेले असतात, खूप स्वप्नं पडल्याने तो नीट झोपू शकत नाही.

वास्तविक, ज्यावेळी मनुष्य झोप घेतो, त्यावेळी तो अनुभवात असतो. सकाळी उठताच तो या अवस्थेतून बाहेर येतो. झोपदेखील एक प्रकारची समाधी अवस्था आहे. परंतु खरा प्रश्न हा आहे, की ज्यावेळी आपण झोपेत असताना समाधी अवस्थेत जातो, त्यावेळी नेमकं काय होतं? आणि जेव्हा आपण जागृतपणे समजेसह समाधी अवस्थेत जातो, त्यावेळी काय घडतं? हा मुद्दा बॅट आणि हॉकीच्या उदाहरणातून समजून घेऊ या.

वास्तविक, ज्यावेळी आपण झोपतो, त्यावेळी आपल्यासोबत बॅट असते आणि जेव्हा समजेसह समाधी अवस्थेत जातो, तेव्हा हॉकी स्टीक आपल्यासोबत असते. बॅटमधील 'बी'चा इशारा बेहोशीकडे आहे. आपण झोपेत असताना बेहोशीत असतो. तिथं आपल्याला झोपेत असल्याचं जाणवत नाही. सकाळी उठल्यानंतर आपल्या लक्षात येतं, की रात्री आपण झोपेत होतो. परंतु समाधीमध्ये आपण समाधी अवस्थेत आहोत, हे आपल्याला ठाऊक असतं. तिथं जाणून घेण्याची क्रिया सुरू असते, जिथे

जाणणाऱ्याला जाणलं जातं, जिथं द्रष्टा स्वतःच दर्शन बनतो आणि जाणणारा स्वतःसाठी दृश्य बनतो. त्यालाच 'जागृत समाधी' असं म्हटलं जातं.

उदाहरणार्थ, आपण स्वतःला आरशासमोर उभं असलेलं पाहा. या दृश्यात दृश्य आपण आहात, द्रष्टासुद्धा आपणच आणि दर्शनही आपणच करत आहात. हे तीनही ज्यावेळी एकत्र येतात, त्यावेळी समाधी अवस्था प्रकट होते. तसं तर विषय (Subject), कर्म (Object) आणि क्रियापद (Verb) वेगवेगळी असतात. परंतु समाधी अवस्थेत ती एक होतात. केवळ समाधी अवस्थाच अशी एकमेव अवस्था आहे, जिथे या तीनही गोष्टी एकरूप होतात.

या पृथ्वीतलावरील कोणतीही गोष्ट पाहताना तीन अवस्था आपल्यासमोर असतात. आपण स्वतः द्रष्टा , ज्या वस्तूला आपण बघतो ते दृश्य आणि जाणण्याची क्रिया म्हणजे दर्शन. ज्यावेळी हे तीनही एकत्रित येतील, त्यावेळी 'ट्रिनिटी'चे रहस्य स्पष्ट होईल.

ही अवस्था प्राप्त करून घेण्यासाठी आपण बेहोशीसह समाधी अवस्थेत जाऊ शकत नाही. समाधी आणि झोप या बाबी एवढ्या मिळत्याजुळत्या आहेत, की काही लोक अनेकवेळा ध्यान करताना झोपतात आणि त्यांना ही गोष्ट कळतही नाही. मग त्यांना एखाद्याने उठवल्यानंतर कळतं, की आपण झोपलो होतो.

भाग ३२

मोहमाया आणि तेजस्थान : मोहमायेत असतानाही आपण आपलं ध्यान तेजस्थानावर (हृदय) ठेवू शकतो, पण ते कसे? समजा, आपण एक खेळ खेळत असून त्यामध्ये दोन ग्रुप आहेत. एक ग्रुप आपला तर दुसरा प्रतिस्पर्ध्याचा. हा खेळ रस्सीखेचसारखा असून दोन्ही समूह दोरीच्या दोन वेगवेगळ्या टोकांना पकडून आहेत. जो समूह ही दोरी आपल्याकडे ओढेल, तो हा खेळ जिंकेल.

या खेळात दोन्ही समूहांतील लोकांनी तुम्हाला मध्ये ठेवलंय. एका समूहाने आपल्या डाव्या तर दुसऱ्याने उजव्या हाताला पकडलंय. याप्रकारे दोन्ही समूह तुम्हाला एकाचवेळी ओढताहेत. तुमच्या टीममधील सदस्य तुम्हाला मागे तर प्रतिस्पर्धी टीममधील सदस्य पुढे ओढताहेत. जर तुमच्यात अधिक बळ असेल तर तुम्ही प्रतिस्पर्धी टीमकडे दुर्लक्ष कराल. परंतु कमी शक्तीमुळे तुम्ही कमजोर पडताच प्रतिस्पर्ध्यांच्या टीममध्ये जाता. या

उदाहरणातून हे समजून घ्या, की या पृथ्वीतलावर जो मोहमाया आणि सत्याचा खेळ सुरू आहे, त्यामध्ये आपण मधोमध उभे आहात. समोरची टीम मोहमायेची तर आपली टीम सत्याची आहे.

आता विचार करा, असा खेळ सुरू असताना आपलं ध्यान कुठं असेल? यावेळी आपलं ध्यान समोरच्याच्या हातावर आणि आपल्याला जो मागे ओढतोय त्याच्या शक्तीवरही असेल. आपण या गोष्टीवरही ध्यान केंद्रित कराल, की जो आपल्याला मागे ओढतोय, तो शक्तिशाली आहे की नाही? याचाच अर्थ आपलं ध्यान दोन्ही ठिकाणी असेल. अगदी याचप्रकारे आपण ज्यावेळी मोहमायेत जाल, त्यावेळी मनाचा काही हिस्सा तरी तेजस्थानावर केंद्रित करा.

जर असं झालं तर आपण हा खेळ जिंकू शकता. जो हात आपल्याला मागे ओढत आहे, मोहमायेत जाण्यापासून रोखत आहे, जर त्याच हाताला आपण नारियल तेल (ना-रियल म्हणजेच जे रियल नाही, जे असत्य आहे) लावलं तर दोरी ओढताना आपला हात निसटेल आणि आपण मोहमायेच्या टीममध्ये जाल. म्हणजेच अंतरंगातून जाणवणारी ओढ निरर्थक ठरेल. याचाच अर्थ ज्यावेळी मोहमाया मनुष्याच्या मनाचा पगडा घेते, त्यावेळी तो सत्यापासून दूर जाऊ लागतो. म्हणून जर आपल्याला मोहमायेत राहायचं असेल, तर चिखलात उमललेल्या कमळाप्रमाणे अलिप्त राहा.

भाग ३३

ध्यानाची तयारी : ध्यानाची सुरुवात करण्यापूर्वी थोडी तयारी करण्याची आवश्यकता असते. सुरुवातीला दिवसातून दोन वेळा ध्यान करा. हे जर शक्य नसेल तर कमीतकमी एक वेळा किंवा आठवड्यातून तीनदा तरी ध्यान करा.

ध्यानाचा लाभ घेण्यासाठी कमीतकमी २० मिनिटे आणि पूर्ण लाभ घेण्याकरिता निदान ४५ मिनिटांचे ध्यान झाले पाहिजे. काही विशेष ध्यानांसाठी ध्यानाचा अवधी वाढवायला हवा. वेळेसोबत ध्यानाचा अभ्यास वाढला, की मग ४५ मिनिटे किंवा १ तासदेखील आपण ध्यान करू शकता.

चंचल वृत्तीच्या लोकांनी अधिक वेळ ध्यानात बसण्याची आवश्यकता आहे. साधारण (Average) व्यक्तीसाठी कमीतकमी २० मिनिटे ध्यानात बसल्याने तो योग्य प्रकारे लाभ घेऊ शकेल. अन्यथा, पूर्ण तयारी करून ध्यानाच्या सखोलतेत जाण्यापूर्वीच

आपण उठला, तर लाभापासून वंचित राहाल.

ध्यानात पावित्र्य आणण्याचा प्रयत्न करा. ध्यानासारखी पवित्र क्रिया (Ritual) स्नानानंतर केल्यास ती आणखी साहाय्यक बनते.

ध्यानाला बसण्याच्या सुरुवातीच्या दिवसांत काही बाबींबाबत लक्ष ठेवणं आवश्यक आहे. जसं एकच आसन, विशिष्ट स्थान, वेळ, मुद्रा, उच्चारण इत्यादी. याव्यतिरिक्त ध्यान नियमित आणि सातत्याने करायला हवं. आपण दररोज उच्चारण किंवा मुद्रा बदलू नये. याला आलंबन म्हटलं गेलं असून, त्यामुळे आपण मनाला एकाग्र करण्याचा प्रयत्न करतो. यामध्ये जर आपण श्वास, चित्र किंवा मंत्राची निवड केली असेल तर एका अवधीपर्यंत दररोज सातत्याने आपल्याला हेच करायला हवं. आपण जर एखाद्या विधीची निवड केली असेल, तर कमीतकमी एक महिन्यापर्यंत हीच विधी, त्याच वेळेत, त्याच स्थानावर आणि विशिष्ट आसनामध्ये करा, ज्यायोगे पुढे ती आपल्याला ध्यानात साहाय्यक ठरेल.

भाग ३४

ध्यानासाठी आवश्यक आसन आणि मुद्रा : सायकल चालवणे शिकण्यासाठी ज्याप्रमाणे चालकाची आवश्यकता असते, अगदी त्याचप्रमाणे ध्यानासाठी शारीरिक स्थिती योग्य असणं महत्त्वपूर्ण आहे. जसं-

१. पावसाळा नसावा,

२. खूप फिट्ट किंवा ढिले कपडे नसावेत,

३. मोकळं मैदान असावं,

४. गर्दी किंवा चिखल नसावा, इत्यादी.

अशा परिस्थितीतच सहजेतेने सायकल चालवणं शिकता येते. याचप्रकारे ध्यानात सुरुवातीला निश्चित आसन, मुद्रा, वेळ, स्थान अतिमहत्त्वपूर्ण आहेत, ज्या ध्यानात साहाय्यक ठरतात. याला विस्ताराने समजून घेऊ या.

आसनाचे दोन प्रकार आहेत- एक आहे शरीराचे आसन आणि दुसरे आहे बसण्याचे आसन.

शरीराचे आसन : आपलं मन ज्यावेळी विचलित असतं, त्यावेळी शरीर जास्त क्रियाशील असतं, खूप हलतं-डुलतं. शरीराचं हलणं-डुलणं बंद असेल तर मनाची चंचलताही शांत होते. त्यामुळे शरीर 'स्थिर' राहील, असं 'आसन' ध्यानासाठी आवश्यक आहे. जसं, पद्मासन, सुखासन, वज्रासन किंवा जे सोयीस्कर असेल असं आसन, ज्यामुळे शरीराच्या कोणत्याही अवयवावर ताण येणार नाही. शरीराच्या कोणत्याही भागावर ताण आल्यास तो मनावरही येतो, तसेच उभं राहून किंवा आरामाच्या अवस्थेत ध्यान करू नये. या बाबी नेहमीच लक्षात ठेवाव्यात. आरामाच्या अवस्थेत असताना झोप येऊ शकते तर उभं राहून ध्यान करताना लवकरच थकवा जाणवू लागतो, त्यामुळे बसून ध्यान करणं अतिउत्तम आहे.

बसण्याचे आसन : बसण्यासाठी शरीराला सोयीस्कर वाटेल असं गादी, बिछाना, कुशन किंवा चादर याप्रकारचे मुलायम आसन घ्यावे; जेणेकरून थकवा न जाणवता शरीर अधिक वेळ ध्यानाला बसू शकेल.

बसण्याची स्थिती : बसताना एका गोष्टीची विशेष काळजी घ्यायची आहे, की मणक्याचे हाड ताठ/सरळ आणि ताणाविना पृथ्वीपासून ९० अंश कोनात असावे. मणक्याचं हाड ज्यावेळी ९० अंशाच्या कोनात असतं, त्यावेळी ते ताठ व सरळ असतं. यामुळे पृथ्वीचे गुरुत्वाकर्षण शरीरावर कमीतकमी येते आणि शरीराला थकवा न जाणवता ते अधिक वेळ ध्यानात बसू शकतं. उभं राहताना, झोपताना आणि चालताना कंबरेचे हाड ताठ ठेवा; अन्यथा बराच वेळपर्यंत वाकून चालण्यामुळे किंवा वाकलेली मान व कंबरेमुळे आपल्या मणक्याचे हाड तिरपे होऊ शकते. त्यामुळे आत्मविश्वास कमी होतो, आपल्याला सुस्त आणि उत्साहहीन वाटू लागतं. ही बाब ध्यानात बाधक बनते.

ध्यानात मुद्रेचे महत्त्व : एका विशिष्ट मुद्रेत ध्यान करणं साहाय्यक सिद्ध होतं. यासाठी अनेक मुद्रांचा उल्लेख आढळतो, परंतु 'ज्ञान मुद्रा' श्रेष्ठ मानण्यात आली आहे. हाताचा अंगठा व तर्जनीला जोडून ही मुद्रा बनते, अन्य ३ बोटं सरळ असतात. ही मुद्रा बनवून दोन्ही हात गुडघ्यावर किंवा मांडीवर ठेवा, जशी भगवान बुद्धांची ध्यानस्थ मूर्ती (Buddha Posture).

याप्रकारे मुद्रा ठेवण्यामागे कारण आहे. उदाहरणार्थ- मंदिरात गेल्यानंतर हात जोडताच जसं मंदिराचं पावित्र्य जाणवतं, त्याचप्रमाणे मुद्रेमुळे मनाला सूचना मिळते आणि ते त्वरित शांत होतं.

विशेषतः एकच मुद्रा निवडा आणि तीच मुद्रा अधिक वेळेपर्यंत सातत्याने धारण करा. त्या मुद्रेत मनाला सूचना देऊन तयार करा. ही मुद्रा कोणतेही स्थान, घटना किंवा वातावरणात आपल्याला त्या अवस्थेत घेऊन जाण्यास साहाय्यभूत ठरेल.

भाग ३५

ध्यानासाठी उपयुक्त वेळ आणि स्थान : ध्यान करण्यासाठी दररोज वेगवेगळी म्हणजे, कधी सकाळी ६, तर कधी ९ आणि एखादवेळी रात्रीची वेळ निवडू नका. सुरुवातीला निश्चित वेळीच ध्यान करणे आवश्यक आहे.

ध्यान करताना पोट जास्त भरलेलंही नसावं आणि रिकामंही नसावं. ध्यानासाठी सूर्योदय आणि सूर्यास्ताची वेळ योग्य आहे. याला संधी (जोड) असंही म्हणतात (सायंकाळच्या वेळेला यामुळेच संध्या असंही म्हणतात). यावेळी पोट जास्त भरलेलं आणि रिकामंही नसतं. रात्रीचं जेवण सकाळपर्यंत आणि दुपारचं जेवण संध्याकाळपर्यंत पचलेलं असतं.

सकाळ आणि संध्याकाळचं वातावरण शांत आणि शीतल असतं. त्यामुळे मन लवकरच शांत आणि निर्मळ होऊ शकतं. सुरुवातीला मनाला एकाग्र करण्यासाठी, त्याची अस्थिरता कमी करण्यासाठी या बाबी अत्यावश्यक आहेत. आपण जर एक वेळ निश्चित केली तर ती आपल्या एकाग्रतेसाठी मदत करते. जसं, आपण एकावेळी एकच काम केलं तर आपल्या मनाची तयारीदेखील (प्रोग्रॅमिंग) होते. मनाचं इतरत्र भटकणं कमी होतं.

सकाळची वेळ यासाठी महत्त्वपूर्ण आहे, कारण त्यावेळी आपण पूर्ण निद्रावस्थेत किंवा पूर्ण जागृतावस्थेतही नसतो. ही वेळ ध्यानाच्या अवस्थेशी मिळतीजुळती आहे.

ध्यानात जितकं महत्त्व आसनाला तितकंच स्थानालाही. जसं, ध्यानाच्या खोलीत हवा खेळती असावी. खोलीतील वातावरण स्वच्छ, शांत आणि हवेशीर असावं.

ध्यान कक्षाच्या आजूबाजूला वातावरणातील आवाज नसावा. कारण आवाजानं मनाची एकाग्रता भंग पावते. समजा, तुम्ही ध्यान करत असलेल्या खोलीबाहेर जर पिकनिकबद्दल गप्पा सुरू असतील, तर मनाला त्याच ऐकण्याची इच्छा होईल. जे मनाला करायला आवडतं, ज्यामुळे त्याला आनंद मिळतो, तिथं मन वारंवार जातंच. परंतु ध्यान

मनाला बाह्य आनंद देण्यासाठी नसून शांत, एकाग्र, स्थिर करण्यासाठी आहे.

ध्यानाच्या खोलीत फोन असल्यास तोदेखील बंद करावा. ध्यानाचं स्थान वारंवार बदलणं योग्य नाही. कारण त्यामुळे मनाच्या एकाग्रतेत बाधा येते.

ध्यानासाठी एखाद्या विशेष ध्यान कक्षाची (Meditation Room) आवश्यकता नाही. परंतु जर असा एखादा कक्ष उपलब्ध असेल तर ध्यान आणखी सहजतेनं होईल. नाहीतर आपल्या घरातील एखाद्या कोपऱ्यात ध्यानकक्ष बनवा आणि दररोज कोणत्याही अडथळ्याशिवाय त्याच जागी, त्याच आसनावर, विशिष्ट मुद्रेत ध्यान करा. यामुळे आपण स्वध्यानाच्या अथांगतेत लवकरच प्रवेश करू शकाल. झाडं, वनस्पती, हिरवळ, फुलं, जीवजंतू, आकाश यांच्या सान्निध्यात ध्यान सहजपणे होऊ शकतं. बाहेरचा निसर्ग अंतर्यामी असलेलं सौंदर्य जाणण्यासाठी साहाय्यक ठरतो.

भाग ३६

ध्यानात लक्षात ठेवण्यायोग्य गोष्टी : ध्यान करण्यापूर्वी साधकाला खाली दिलेल्या बाबी लक्षात ठेवाव्या लागतील.

१. ध्यानासाठी कोणताही उतावीळपणा करू नका. ध्यानापूर्वीच्या सर्व क्रिया शांतपणे, संयमाने करा. जसं स्नान करणं, आसन घालणं इत्यादी कार्ये शांततेनं, समर्पित भावनेनं करा.

२. साधकाचे 'गुरू' किंवा 'शिक्षक' असल्यास ते जास्त शुभ आहे. कारण ध्यानातील अनुभव ते आपल्या गुरूंना सांगून त्यांच्याकडून योग्य मार्गदर्शन घेऊ शकतात. परंतु अशी सोय नसल्यास मिळणाऱ्या अनुभवांकडे लक्ष न देता, ध्यानसाधना निरंतरपणे सुरू ठेवा.

३. शीघ्र परिणामांसाठी आपल्या दिनचर्येवर नियंत्रण ठेवा. मन दिवसभर तणावाखाली राहील अशी कामं करू नका. ती न केल्याने ताबडतोब इच्छित परिणाम मिळतील.

४. सात्त्विक आणि हलकं भोजन ध्यानासाठी साहाय्यभूत असतं.

५. ध्यानानंतर कोणतंही काम घाईगडबडीनं करू नका. उठण्यात, चालण्यात जी सहज गती आहे, ती तशीच राहू द्या. तुमच्याकडून कोणतीही घाईगडबड करू नका.

ध्यानात या चार गोष्टींकडे निश्चितच लक्ष द्या- १. शांतता ठेवा, २. समज वाढवा, ३. विधीमध्ये गुंतू नका आणि ४. परिणामांची काळजी करू नका.

भाग ३७

बंद डोळे आणि ध्यानाचा संबंध : संपूर्ण अभ्यास होईपर्यंत, सुरुवातीला डोळे बंद करूनच ध्यान करा. डोळे उघडे राहिल्यास मन बाहेरच्या दृश्यांत भटकण्याची दाट शक्यता असते. डोळे वारंवार उघडत असतील तर भिंतीकडे तोंड करून काही अंतरावर बसा (भिंतीवर कोणतंही चित्र, पेंटिंग्ज नसावीत); ज्यामुळे डोळे उघडले तरीही समोरच्या भिंतीवरील इतर कोणत्याही गोष्टी तुम्हाला आकर्षित करू शकणार नाहीत.

* श्वास, चित्र, शब्द- ओम किंवा एक अंक वेळोवेळी उच्चारतही आपण ध्यान करू शकता.

* ध्यानाच्या सुरुवातीला श्वासावर ध्यान लावणं सर्वश्रेष्ठ मानलं गेलंय. या अभ्यासानंतर चालताना, फिरताना, उठताना किंवा बसतानाही ध्यान केलं जाऊ शकतं.

* श्वास सहज असावा. कारण श्वासाचा मनाशी गहिरा संबंध आहे. जेव्हा क्रोध येतो, मन अशांत असतं, तेव्हा श्वासाची गती तीव्र होते, हे तुम्ही अनुभवलं असेलच. मन शांत असताना श्वासही सावकाश, एका लयीत सुरू असतो. श्वास शांत, संथ असेल तर मनदेखील शांत होऊ लागेल.

* डोळे उघडे ठेवून ध्यान करण्याची इच्छा असेल तर एक बिंदू किंवा वस्तूवर ध्यानाचा अभ्यास केला जाऊ शकतो (उदा. त्राटक ध्यान). अशी वस्तू जी स्थिर असून त्याबद्दल मनात कोणतीही रुची नसावी. या ध्यानामुळे मनाची एकाग्रता आणि आत्मशक्ती वाढते.

* आपण संघात, एकत्रितरीत्या 'सामूहिक ध्यान'देखील करू शकता. एकत्र ध्यान करताना, कोणी साधक टाळाटाळ करत असेल किंवा ध्यानात बाधा आणत असेल, तर बाकीचे त्याला ध्यानासाठी प्रोत्साहित करू शकतात. ध्यानाची आठवण करून देऊन ते करण्यासाठी त्याला प्रेरित करू शकतात. जिथे सर्वांचं लक्ष्य एकच असतं, अशा संघातून प्रेरणादेखील मिळते.

* ध्यानसाधना सातत्यानं आणि अजिबात खंड न पाडता करण्याची आवश्यकता आहे. ध्यानात एक दिवसाचा जरी खंड पडला, तरी ते आळसाचं कारण होऊ शकतं. ध्यान दिवसातून कमीतकमी एकदा किंवा दोनदा होणं आवश्यक आहे. जसजशी निरंतरता वाढत जाईल, तसतशी ध्यानसाधना श्वासाप्रमाणे तुमच्यासोबत असेल. सततच्या अभ्यासानं हे सहजशक्य आहे आणि त्याचे फायदे आपल्याला भविष्यात मिळतील.

* शारीरिक शुद्धतादेखील ध्यानासाठी अनिवार्य आहे. स्नान करून स्वच्छ, सैलसर कपडे घालून ध्यानाला बसणं साहाय्यभूत ठरतं.

भाग ३८

ध्यानात प्रार्थनेचं महत्त्वपूर्ण स्थान : ध्यानाद्वारे आपण आपल्या मनाला एकाग्रचित्त करण्याचा अभ्यास करतोय आणि ते करताना एकाग्रता, मनन आणि प्रार्थना करण्याची सवयदेखील स्वतःच विकसित होऊ लागते.

नवीन साधक जेव्हा सुरुवात करतो, तेव्हा त्याला प्रथम कोणती ना कोणती प्रार्थना करावी लागते. प्रार्थनेच्या भावनेतच साधक अनुभव घेऊ शकतो, की तो जणू हात जोडून मंदिरात बसलाय. ध्यानाच्या सखोलतेत जाण्यासाठी स्थान, मुद्रा, आसन यांच्यासोबतच प्रार्थनेचीही महत्त्वपूर्ण भूमिका आहे.

ध्यानाची सुरुवात करण्यापूर्वी जी प्रार्थना केली जाते, त्यापूर्वीदेखील एक प्रार्थना साधकांकडून करून घेतली जाते; जेणेकरून ज्या उद्देशाने आपण ध्यान करतोय, तो पूर्णत्वास जाईल. ती प्रार्थना याप्रकारे आहे, 'आता आम्ही जी प्रार्थना करणार आहोत, त्या प्रार्थनेचा उच्च प्रभाव आमच्या शरीरावर, मनावर होणार आहे.' ही तेजप्रार्थना असून प्रार्थनेपूर्वीची प्रार्थना आहे.

ध्यानाची सुरुवात या तेजप्रार्थनेनं झाल्यानंतर प्रार्थना केली जाते. प्रार्थनेद्वारे आपल्या मनात शुभ इच्छा जागृत होते. शुभ इच्छा म्हणजे सर्व इच्छांतून मुक्त होण्याची इच्छा. आपण सर्व इच्छांमधून ज्यावेळी मुक्त होतो, त्यावेळी अशा अवस्थेत पोहोचतो जिथं सर्व विलीन होतं, प्रज्ञा जागते, जिथं अनुभवकर्ता, अनुभवकर्त्याचा अनुभवात अनुभव करतो. जिथं केवळ ध्यान राहतं आणि ध्यान करणारा ध्यानी विलीन होतो.

भाग ३९

मनन आणि ध्यान : मनन याचा अर्थ ध्यान करणं हा नव्हे. मनन तर केवळ अशा पुलासारखं आहे, जो आपल्याला मौनाकडे घेऊन जातो. आपलं मनन जेवढं शुद्ध असेल, तेवढ्या लवकर आपण लक्ष्यापर्यंत पोहोचू.

मनन करण्यासाठी हजारो विषय असतात. परंतु प्रश्न हा आहे, की मनन करण्यासाठी विषय कसा निवडावा? मनन करण्यासाठी एवढे विषय आहेत, ज्यावर मनन करता-करता मनुष्य समाधी अवस्थेत जाऊ शकतो. मननाद्वारे आपण सहजतेने मौनाच्या अवस्थेत पोहोचू शकतो. म्हणून जर मननासाठी आपल्याला एखादा आधार निवडायचा असेल, मनन पुलाचा उपयोग करायचा असेल तर त्याकरिता असा विषय निवडा, ज्यामुळे आनंद वाढेल आणि तो आपल्या मनाला शुद्धही करू शकेल. परंतु हे लक्षात ठेवा, की मनन लक्ष्य नसून तो मौनाकडे घेऊन जाणारा पूल आहे.

जो पूल मनुष्याला ईश्वराकडे घेऊन जातो, तो उपयुक्त आहे. मनन ध्यान नसून मार्ग आहे तर ध्यान हे लक्ष्य आहे. जर आपल्याला ध्यानाचा खरा अर्थ माहिती असेल तर आपण त्या मार्गावर पुढे जाऊ शकतो. वास्तविक ध्यानाकडे लोक मार्ग म्हणून पाहतात. या दृष्टिकोनातून असं म्हणता येईल, की ध्यान साधनही आहे आणि साध्यदेखील; अन्यथा आपण आजवर ज्याला ध्यान म्हणत आलोय, तो केवळ आपला मार्ग होता आणि खरं ध्येय होतं स्वध्यान.

आतापर्यंत आपण ध्यानाबाबत सुरुवातीच्या मुख्य गोष्टींबाबत जाणून घेतलंय. या बाबी आपल्याला ध्यानात मदत करतील. म्हणून ध्यानाविषयीची समज लक्षात ठेवून ध्यान करा.

भाग ४०

विचारांना रोखण्याची कला : आपण डोळे बंद करून ज्यावेळी ध्यानाला बसतो, त्यावेळी एकामागून एक असे असंख्य विचार मनात येत असतात. विचारांपासून वेगळे होऊन त्यांना पाहण्याची कला एका ठराविक वेळेनंतर अवगत होते. जोपर्यंत ही कला आपल्याला प्राप्त होत नाही, तोपर्यंत ध्यानाला बसणं म्हणजे वेळेचा अपव्यय आहे. त्यामुळे मनात विचार येतात, 'एखादं महत्त्वाचं काम पूर्ण करणं यापेक्षा योग्य ठरलं असतं.'

मनुष्य ज्यावेळी ध्यानाची सुरुवात करून काही समज प्राप्त करून घेतो, म्हणजे ध्यानाचा पहिला टप्पा पार करतो, त्यावेळी त्याला ध्यानाचं महत्त्व समजतं. हळूहळू त्याची दृढता वाढते, की ध्यानाची एवढी स्तुती केली गेलीय, एवढा महिमा वर्णन केला गेलाय, हे सर्व विनाकारण तर नक्कीच नसेल. त्यानंतर त्याला ए.बी.सी.डी. ध्यानाद्वारा मार्गदर्शन केलं जातं, जेणेकरून तो ध्यानापलीकडे जाऊ शकेल.

ए.बी.सी.डी. ध्यान विचारांना जाणून विचारांच्या पार जाण्याची कला! याची सुरुवात करण्यापूर्वी ए.बी.सी.डी.चा नेमका अर्थ जाणून घेऊ या.

'**ए**'चा अर्थ आहे चांगले (अच्छे) वाटणारे विचार.

'**बी**'चा अर्थ वाईट (बुरे) वाटणारे विचार.

'**सी**'चा अर्थ आहे क्लीनरचा विचार आणि

'**डी**' म्हणजे धूसर (धुंद) विचार.

'ए आणि बी' या विचारांचा अर्थ तर आपल्याला समजला असेलच. आता समजून घ्या, की जेव्हा विचारांसोबत बोध जागृत होतो, तेव्हा तो विचार 'सी' म्हणजेच क्लीनरचा विचार होतो. हा विचार पहिल्या दोन प्रकारचे विचार क्लीन म्हणजेच साफ करतो. ज्यावेळी आपल्याला, 'हा विचार ए' आहे किंवा 'बी' आहे अथवा 'आता दोन्हीही नाही' असं वाटतं, तेव्हा तो असतो 'सी' म्हणजेच क्लीनर विचार.

आपण जसजसं स्वतःच्या विचारांना जाणून घेतो, तसतसं त्यांची शक्ती नष्ट होते. विचारांना समजून न घेतल्याने आपण नेहमी त्यांच्या मागे-मागे धावत राहतो. ज्यावेळी आपण हे जाणतो, की यावेळी आपल्या मनात कोणत्या प्रकारचे विचार सुरू आहेत, त्यावेळी त्यांच्यामागे धावणं बंद होऊन जातं. नंतर एखादा दुसरा विचार येतो, तेव्हा वाटतं, 'हा तर 'बी' विचार आहे' आणि पुन्हा जेव्हा विचार येतो, की हा 'ए' विचार आहे किंवा हा 'बी' विचार आहे, त्याचा अर्थ असतो, तो 'सी' विचार आहे. ज्यामध्ये दोन्ही प्रकारच्या विचारांना जाणून घेतलेलं असतं.

आपण कोणत्याच विचारांना ओळखू शकणार नाही, असंही होऊ शकतं. जर आपल्याला असा विचार आला, ज्याला आपण 'ए', 'बी' किंवा 'सी' यांपैकी कोणतंच लेबल लावू शकत नाही तर याचा अर्थ तो 'डी' विचार होय. म्हणजेच 'धुंद'! जिथं आपल्याला काहीही समजत नाही. तेव्हा आपण म्हणाल, ' हा 'डी' विचार आहे.'

अशा प्रकारेच आपण विचारांपलीकडे जाऊ शकाल.

आपल्याला कोणताही विचार जेव्हा आकर्षित करू शकत नाही, त्याच्या मागे-मागे घेऊन जाऊ शकत नाही, त्यावेळी आपण म्हणतो, 'हं, आता कोणताही विचार आम्हाला त्याच्या मागे-मागे येण्यासाठी भाग पाडत नाही.' वास्तविक विचारांसोबत आसक्त असल्याने इच्छा नसतानाही लोक त्याच्या मागे-मागे जात असतात. पण आता कोणताही विचार 'ए' आहे, 'बी', 'सी' किंवा 'डी' आहे, हे लक्षात येऊ लागेल. मग त्यावेळी अचानक आपण स्वतःला सर्व विचारांपलीकडे पाहतो... जिथं आपल्याला स्वतः असण्याचा अनुभव येतो.

मग मध्येच अचानक 'ए' किंवा 'बी', अथवा 'सी' किंवा 'डी'चा विचार येईल. पण आता आपल्याला माहिती आहे की, आपण ए.बी.सी.डी. या विचारांपलीकडे जाण्यासाठी ध्यानात बसलोय.

हे ज्ञान, ज्ञान-अज्ञानाच्या पलीकडील असल्याने ते प्रत्येक तेजविद्यार्थी आणि तेजअज्ञानी यांनी आत्मसात करायला हवं. मनाच्या क्षेत्रातील अज्ञान त्रास देतं तर सेल्फच्या क्षेत्रातील अज्ञान आनंद देतं. चला तर मग, याच समजेसह ए.बी.सी.डी. ध्यानाची सुरुवात करू या.

भाग ४१

ए.बी.सी.डी. ध्यानाचा विधी : ध्यानाला बसण्यापूर्वी नियोजित वेळेचा गजर लावा. त्यानंतर ध्यानासाठी निश्चित केलेले आसन आणि मुद्रेत डोळे बंद करून बसा. ध्यानादरम्यान डोळे बंद करून बसल्याने आतील रिक्तता प्रकट होण्यास मदत होते.

१. *ध्यानाच्या सुरुवातीला पूर्वतयारीदरम्यान स्वतःला सांगा, 'आता मी ए.बी.सी.डी. ध्यान करणार आहे. मी या ध्यानाचा पूर्ण लाभ घ्यावा. मला विश्वास आहे, की माझ्या आजूबाजूच्या सर्व वस्तू, वातावरण आणि लोक यासाठी मला पूर्ण सहकार्य करतील. सर्वांच्या सहकार्याबद्दल त्यांना खूप-खूप धन्यवाद. धन्यवादाच्या भावातच ध्यानाला सुरुवात करा.'*

२. *ध्यानामध्ये आपल्याला ए.बी.सी.डी. सर्व विचारांच्या पलीकडे जायचे*

आहे या समजेसह बसा.

३. पाठीचा कणा ताठ ठेवत, कोणत्याही तणावाशिवाय डोळे बंद करून बसा. काही लोक तणावात बसल्याने त्यांच्या पाठीत ताण येतो. आपण मात्र असं बसू नका. शरीराला हलकं सोडून सरळ बसा, जेणेकरून तुम्ही अधिक वेळेपर्यंत ध्यानाच्या आसनात बसू शकाल.

४. काही वेळ स्वतःच्या विचारांना बघत राहा. त्यानंतर हे पाहा, की आपल्याला चांगले वाटणारे कोणते विचार येत आहेत? चांगले वाटणारे विचार 'म्हणजे 'ए'. मनाला आवडणाऱ्या विचारांच्या मागे जाऊ नका. केवळ हे 'ए' आहेत असं म्हणा.

५. काही वेळ आपल्या विचारांचं पुन्हा निरीक्षण करा.

६. ध्यानात आता वाईट वाटणारे कोणते विचार आहेत ते पाहा. ज्यावेळी असे विचार येतील, त्यावेळी हे 'बी' आहेत असं म्हणा.

७. जेव्हा आपल्याला असा विचार येईल, की हा 'ए' आहे, हा 'बी' आहे, तर अशा विचारांना 'सी' म्हणा. आपण विचारांना जसं जाणून घेऊ, तशी त्यांची शक्ती संपुष्टात येईल.

८. विचारांचे निरीक्षण सुरू ठेवा. यावेळी कोणता विचार येत आहे, ते पाहा. जर एखादा असा विचार असेल ज्याला आपण 'ए', 'बी' किंवा 'सी'देखील म्हणू शकत नाही, तर याचा अर्थ तो धूसर अथवा धुंधचा विचार आहे. या विचाराला 'डी' म्हणा.

चांगल्या वाटणाऱ्या विचारांना जाणून घेताच त्यांची शक्ती संपते, तसेच वाईट विचारांसोबतही होतं. 'डी' म्हणताच संभ्रमित करणाऱ्या विचारांचीही शक्ती संपुष्टात येते. या सर्व विचारांची माहिती देणारा 'सी' विचारदेखील जाणून घेताच त्याचीही शक्ती संपते. याप्रकारे आपण सर्व विचारांच्या पलीकडे पोहोचतो. या सर्वांपलीकडे तेजावस्था आहे, तेजअज्ञानाची अवस्था, तेजमौनाची अवस्था.

९. काही वेळ याच अवस्थेत राहून आनंद अनुभवा.

१०. नेहमीच्या सवयीप्रमाणे एखादा विचार येईल, असंही होऊ शकतं. पण तुम्ही आपलं ध्यान सुरू ठेवा आणि जेव्हा रिक्ततेची अवस्था येईल त्याला जाणा.

११. हृदयावर राहून शेवटी हळूहळू डोळे उघडा.

आपण जर ए.बी.सी.डी. ध्यान करून विचारांच्या पलीकडे पोहोचत असाल, तर आपल्या लक्षात येईल, यादरम्यान जर अहंकाराने प्रवेश केला नाही तर याच अवस्थेत सर्व कार्ये पार पडू शकतात. एकदा का आपल्याला ही कला अवगत झाली, की याचे परिणाम कसे येतात, हे आपल्याला समजेल. मग आपण याचा सातत्याने अभ्यास करण्याची इच्छा बाळगाल.

भाग ४२

विचारांच्या आसक्तीपासून मुक्ती : क्रमांक ध्यानाच्या विधीमुळे आपण विचारांसोबत असणाऱ्या आसक्तीपासून मुक्ती मिळवू शकाल, त्यांना अलिप्तपणे पाहू शकाल तसेच निर्विचार अवस्थेमध्ये राहून स्वानुभवाला जाणू शकाल.

१. डोळे बंद करून ध्यानात बसा.

२. आपल्या शरीरात कुठे थकवा आहे, हे जाणा. जिथं थकवा आहे, त्या भागाला थोडं ताणून मोकळं सोडा.

३. मन ज्यावेळी म्हणेल, 'मी थकलोय', त्यावेळी त्याला विचारा, 'मी नेमकं किती थकलोय' आणि 'शरीरातील नेमके कोणते अवयव थकलेत?' त्यावेळी आपल्याला हे लक्षात येईल, शरीरातील काही मोजकेच अवयव जसे, डोळे, कंबर, मान किंवा खांद्यावर थोडाफार ताण जाणवतोय. शरीराच्या प्रत्येक अवयवावर नेमका किती थकवा आहे, हे जाणाल तर समजेल, की कित्येक अवयवांमध्ये तर काहीही थकवा नाही. मन 'आता मी थकलो' ही जी घोषणा करतंय, त्यामुळेच इतर अवयवांमध्ये थकवा निर्माण होतो.

४. 'कोणत्या अवयवामध्ये नेमका किती थकवा आहे?' हे विचारल्यामुळे

आपली कार्यक्षमता वाढते आणि ध्यानाचा शत्रू असलेली सुस्ती कधीच त्यावर वरचढ होत नाही.

५. निराशा हा ध्यानाचा शत्रू विचारांद्वारे आक्रमण करत असतो. यापासून वाचण्यासाठी आपल्या विचारांना ढगांप्रमाणे बघा. ते आपल्या बुद्धीरूपी आकाशातून ये-जा करत असल्याच्या भावनेनं बघा. त्यांच्याप्रति आसक्ती न बाळगता केवळ त्यांना विलीन होताना बघा.

६. शंका हा शत्रू अशी शंका उपस्थित करेल, 'मी ध्यान करू शकेन का? मला तर काही समजतच नाहीये... माझ्याने तर हे होणार नाही.' हा शत्रू ध्यान विधीवर शंका उपस्थित करतो. यावेळी स्वतःला आठवण करून द्या, 'काही गोष्टी मला समजत नसल्याने त्या मी मेंदूच्या पार्किंगमध्ये ठेवेन. त्यावर नंतर विचार करेन.' यावेळी आपल्याला जो वेळ उपलब्ध झालाय, त्याचा योग्य उपयोग करा.

७. निराशा, शंका आणि सुस्तीपासून मुक्त होऊन ध्यान करा.

८. ध्यानादरम्यान जर आपल्याला काही नवकल्पना सुचल्या, समस्यांवरील इलाज सापडला किंवा महत्त्वाकांक्षा उफाळून आल्या तर मन त्यामागे धावेल. अशावेळी स्वतःला आधीच सांगा, 'ध्यानात असं होईलच पण त्यासाठी मी वेगळा वेळ काढून विचार करू शकतो. ध्यानाच्या विधीदरम्यान मी केवळ ध्यानच करेन. ध्यानात याच प्रशिक्षणाची आवश्यकता आहे.'

९. ध्यान करताना इंद्रियसुखाचे विचार येतील, महत्त्वाकांक्षा जागृत होईल, समस्येवरील उपाय सुचतील, परंतु त्याकरिता वेगळा वेळ आहे अशी आठवण स्वतःला द्या. ध्यानाचा अमूल्य वेळ ध्यानावरच खर्च करा. कारण हा वेळ योग्य प्रकारे सत्कारणी लागला तर ध्यानातून उठल्यानंतर आपले सर्व निर्णय योग्य असतील. कारण सर्व निर्णयांचा संदर्भ (रेफरन्स पॉईंट) योग्य राहील. ध्यानातून उठल्यानंतर रेफरन्स पॉईंट असतो, 'मी शरीर नाही, मी अनुभव आहे, चैतन्य आहे, निराकार चैतन्य जो शरीरासोबत राहून स्वतःचा अनुभव घेतंय.' जर हे संदर्भस्थान

विसरून निर्णय घेतले, तर ते अहंकारातून उपजलेले असतात, हे लक्षात घ्या.

१०. ध्यान करताना विचारांना जाणून त्यांना क्रमांक द्या. पहिला विचार येताच मनात म्हणा, 'एक'. दुसरा विचार येताच 'दोन'. नंबर देऊन आपण त्या विचारांपासून मुक्त व्हाल.

११. प्रत्येक विचाराला क्रमांक देत राहा. जर विचार आला, 'आता कोणताही विचार येत नाहीये' तर तोदेखील विचारच आहे, असं समजून त्याला पुढचा क्रमांक द्या. यावर आपल्याला हसू येईल, की 'असादेखील विचार असतो!' तर हासुद्धा विचार जाणून त्याला क्रमांक द्या.

१२. यादरम्यान जर आपण विचारांमध्ये अडकला तर त्यातून बाहेर येऊन पुन्हा विचारांना क्रमांक द्यायला सुरुवात करा. विचार येईल, 'अरे, मी तर विचारांमध्ये गुंतून पडलो होतो, विसरलो होतो' तर त्या विचारालाही क्रमांक द्या, 'एक.' याप्रकारे पुन्हा मोजणी सुरू करा. विचारांना क्रमांक देणे सुरू ठेवा. क्रमांक विसरल्यास पुन्हा एकपासून सुरुवात करता येईल.

१३. जास्त क्रमांक दिले गेले याचा अर्थ थोडेफार यश मिळाले, परंतु यामध्ये अडकून राहू नका. मूळ गोष्ट लक्षात ठेवा, की आपल्याला विचारांना क्रमांक देऊन त्यापासून मुक्त व्हायचंय, त्याला साक्षीभावाने पाहायचंय, निर्विचार अवस्थेत राहायचंय, स्वानुभवाला जाणायचंय. विचार येईल, 'या अवस्थेत किती आनंद आहे' तर या विचारालाही क्रमांक देऊन निराकार चैतन्य अवस्थेत राहा.

१४. विचारांमध्ये काय परिवर्तन आलंय, ते पाहा. क्रमांक देत राहा.

१५. ध्यान सुरूच ठेवून हळूहळू डोळे उघडा.

१६. डोळे उघडल्यानंतरही आपण विचारांना जाणून त्यांना क्रमांक देतोय का, हे पाहा.

१७. डोळे उघडल्यानंतरही काही वेळ विचारांना क्रमांक देणे सुरू ठेवा.

भाग ४३

ध्यान कुठं असावं : आपलं ध्यान कुठं असावं, यासाठी ध्यानात प्रशिक्षण मिळणं आवश्यक आहे. आपलं ध्यान कुठे भटकतं किंवा अटकतं केवळ याचे प्रशिक्षण मिळणे आवश्यक नसून आता आपलं ध्यान कुठे केंद्रित व्हायला हवं, हेदेखील जाणून घ्यायला हवं. ध्यान कुठे असावं, ही बाब आपल्याला कळेल त्यावेळी, 'पलट... मागे बघ, तुझं ध्यान कुठं आहे?' हे वाक्य आपल्यासाठी मंत्र ठरेल.

प्रत्येक वेळी प्रत्येक विधीसोबत 'पलट... तुझे ध्यान कुठे आहे?' हा मंत्र वापरावा. आपलं ध्यान कुठे अडकतं, कुठे भटकतं आणि कुठून निसटतं, हे जाणून घेणं आवश्यक आहे. त्यापेक्षाही आवश्यक आहे, ध्यानाचं ध्यानावर परतणं. परंतु ध्यान ध्यानावर केव्हा आणि कसे परतेल? जेव्हा ध्यान ध्यानावर परतेल तेव्हा आपलं जीवन कसे असेल? आपण कल्पनाही करू शकत नाही, की ज्यावेळी ध्यान ध्यानावर परतेल, त्यावेळी आपलं जीवन आनंदानं ओतप्रोत भरेल. अन्य लोक याचप्रकारे जीवन जगतात की नाही, ध्यानाला ते महत्त्व देतात की नाही, यामुळे मग आपल्याला काहीच फरक पडणार नाही. आपण तेच कराल जी आपली दृढता आहे. आपण स्वतःला जाणून, स्वचौकशी करून जगाल.

दिवसभरात अनेक वेळा आपण 'पलट... तुझे ध्यान कुठे आहे?' हा मंत्र उच्चाराल, त्यावेळी आपल्या लक्षात येईल, 'माझे ध्यान अमुक-अमुक ठिकाणी आहे.' त्यानंतर त्वरित आपल्याला आठवायला हवं, 'माझे ध्यान कुठे असायला हवे?' आपले ध्यान स्वानुभवावर असायला हवे. हे आठवताच आपले ध्यान योग्य जागी येईल. सुविधा असलेल्या ठिकाणी आपण डोळे बंद करून तर असुविधेच्या ठिकाणी डोळे उघडे ठेवूनही आपले ध्यान 'स्व'वर केंद्रित कराल.

या अवस्थेत आपल्या हे लक्षात येईल, 'अनुभवकर्ता, अनुभवकर्त्याचा अनुभवात अनुभव करतो. खरंतर द्रष्टा, दृश्य आणि दर्शन तीनही एकच आहेत.' ज्यावेळी हे सर्व एकत्र होतात, त्यावेळी केवळ दर्शनच उरते. त्यावेळी मग द्रष्टा आणि दृश्य दोन्हीही विलीन होतात, राहतं केवळ दर्शन. ज्यावेळी आपल्याला ध्यान या निर्धारित ठिकाणी नेण्याची आवश्यकता वाटेल, त्यावेळी आपण त्याला प्रशिक्षण देणे सुरू कराल. त्यामुळे ध्यानाच्या सुरुवातीला आपले ध्यान योग्य दिशेला असणे गरजेचे आहे.

स्वतःला जाणून घेत सत्यासोबत जगणं सुरू केल्यास त्या मार्गावर चालणे सहज होते. या बाबीला समजून घेऊन अन्य कोणी सुरुवात करत नसल्याने आपणही ती करत नाही आणि त्यामुळेच करोडो लोक थांबलेले आहेत. परंतु आपल्याला हे माहिती नसतं, की ते लोक आपल्याला बघत आहेत आणि आपण त्यांना. जेव्हा कोणाला आंतरिक (सेल्फकडून) ओढ जाणवायला लागते, त्यावेळी ते ध्यानाचा आनंद घेतात. मग ते आयुष्यभर हाच आनंद घेण्यास इच्छुक असतात.

वेगवेगळ्या प्रकारच्या विधींद्वारे लोक समाधीचा अनुभव घेण्यास इच्छुक असतात. काहींना याचा अनुभव मिळतो तर काहींना मिळत नाही. परंतु लाभ होणं अथवा न होणं तितकं महत्त्वाचं नाही. आपण वेगवेगळ्या विधींद्वारे या अनुभवाला प्राप्त करण्याचा निरंतर प्रयत्न करणं हेच जास्त महत्त्वपूर्ण आहे.

भाग ४४

खऱ्या आनंदाची प्राप्ती : अहंकारातून मुक्त झाल्यावरच खरा आनंद प्राप्त होऊ शकतो. अहंकारी बनून जो आनंद आपण आजपर्यंत प्राप्त केलाय, तो अहंकारमुक्त झाल्याने मिळणाऱ्या आनंदासमोर काहीच नाही. वास्तविक, आतापर्यंत आपण हा प्रयोग केला नसल्याने अहंकाराला जवळ ठेवूनच आनंद मिळवण्याचा प्रयत्न केलाय.

अहंकाराला नेहमी हेच वाटतं, की ज्यावेळी अनुभव किंवा आत्मसाक्षात्कार होईल म्हणजेच जेव्हा ईश्वरदर्शन होईल त्यावेळी मीदेखील तेथे उपस्थित असावं. पण अहंकार असताना ईश्वरदर्शन असंभव आहे, याची त्याला कल्पनाच नसते. ज्यावेळी अहंकार समर्पित होतो, गळून पडतो, त्यावेळीच आत्मसाक्षात्कार होतो. ज्याप्रकारे एका म्यानात दोन तलवारी राहू शकत नाहीत, छोट्या गल्लीतून दोन व्यक्ती जाऊ शकत नाहीत; त्याचप्रमाणे अहंकार आणि स्वानुभव एकत्र राहू शकत नाहीत. तेजप्रेमाची गल्लीसुद्धा छोटी असून त्यातून दोन गोष्टी एकावेळी जाऊ शकत नाहीत, तेथून केवळ एकालाच जावं लागतं. ज्यावेळी ही समज दृढ होते, त्यावेळी अहंकार सहजतेने समर्पित होतो. मग समाधी अवस्थेत पोहोचणे शक्य होते.

प्रत्येक विधीचे वेगवेगळे लाभ असून या विधी म्हणजे वेगवेगळे मार्गदेखील आहेत. विधी आपल्याला पुढेही घेऊन जाते आणि बोनसरूपात आपली एकाग्रता वाढते. यामुळे अनेक बाबी होतात. जसे, शरीर शांत आणि स्थिर होऊन अभिव्यक्तीसाठी

माध्यम बनते. थोडक्यात बोनस म्हणून अनेक लाभ मिळतात, परंतु आपले ध्यान मूळ लक्ष्यावरच असले पाहिजे; जेणेकरून स्वध्यान, स्वसाक्षी, ध्यानाचे ध्यान, 'स्व'अनुभव प्राप्त व्हावा.

यासाठी सर्वप्रथम निम्न चेतनेतून बाहेर येत सर्वसमावेशक दृष्टिकोनातून पाहण्याची गरज असते. वास्तविक लोक मान्यता, पॅटर्नस् आणि चुकीच्या वृत्तींमध्ये अडकलेले असतात. जेव्हा त्यांना तेजज्ञानाची शिडी गवसते, तेव्हा ते निम्न चेतनेतून उच्च चेतनेकडे प्रवास करू लागतात. आपल्या चेतनेचा स्तर वाढवण्यासाठीच उच्च चेतनेद्वारे आपल्याला मदत मिळत असते. पण जर शिडीलाच साप समजण्याची चूक केली तर त्याचा लाभ आपण घेऊ शकणार नाही. जेव्हा आपण या शिडीचं महत्त्व समजून तिचा उपयोग कराल, तेव्हा तेथून येणारी प्रत्येक गोष्ट मग तो साप का असेना, आपल्यासाठी शिडीच बनेल.

भाग ४५

ध्यानाची योग्य दिशा : आपण योग्य दिशेने ध्यान करत आहोत की नाही, हे जाणण्यासाठी अनेक लोक सातत्याने ध्यान करतात. त्यांनी 'ध्यानामुळे माझ्यात काय बदल झाले? मी कोणत्या वृत्तींतून मुक्त झालो? माझे निर्णय अव्यक्तिगत होत आहेत काय?' हे प्रश्न स्वतःला विचारायला हवेत. जर या प्रश्नांची उत्तरं सकारात्मक असतील तर ते योग्य दिशेने जात आहेत, असा याचा अर्थ होतो.

जर ध्यानामुळे आपला तमोगुण किंवा वृत्ती वाढत असतील, मन ज्ञानी युधिष्ठिर बनलं असेल, अहंकार वाढला असेल, सुख-सुविधा आपल्याला अधिक प्रिय वाटत असतील तर ध्यानाच्या प्रशिक्षणाची आपल्याला आवश्यकता आहे, हे लक्षात घ्यावं लागेल.

आपण योग्य दिशेने जात आहात की नाही, हे आपले निर्णयच दर्शवतात. आपले निर्णय व्यक्तिगत आहेत की अव्यक्तिगत? याबाबत स्वतःच अवलोकन करा. त्यावरून आपली दिशा योग्य आहे की अयोग्य, हे आपल्याला समजेल.

आपली दिशा जर योग्य असेल तर आपण इतरांमधील गुण बघाल. आपण ज्या गोष्टीवर ध्यान केंद्रित करतो, तसेच बनतो. ज्यावेळी आपण इतरांमधील अवगुण बघण्यास सुरुवात करतो त्यावेळी आपल्यातदेखील ते येतात. पण योग्य ठिकाणी ध्यान केंद्रित करण्याची कला अवगत होताच आपण इतरांमध्ये तेच पाहू लागता, जे आपल्याला

हवंय. त्यामुळेच आपल्याला गुण हवेत की अवगुण, हे आपणच ठरवायला हवंय.

उदाहरणार्थ, आपण एखाद्या पार्टीला गेलो असताना तेथे उपस्थित सर्वच त्यांच्या प्लेटमध्ये खाद्यपदार्थ घेऊन आपापले स्थान ग्रहण करतात. आपण तेथे थोड्या उशिरा पोहोचताच लोक काय खाताहेत, हे आपण पाहता. त्यामुळे तेथे कोणकोणते पदार्थ बनवले आहेत, हे आपल्या लक्षात येतं. जर आपल्याला त्या प्लेटमधील पदार्थांकडे लक्षपूर्वक पाहायला सांगितलं, तर आपण कोणत्या पदार्थाकडे आधी पाहाल? जो पदार्थ आपल्याला आवडतो त्याकडे की जो आवडत नाही त्याकडे? आपल्याला जो पदार्थ आवडतो त्याकडेच आपलं ध्यान अधिक असेल. जर आपण खाण्याबाबत इतके चोखंदळ आहात, तर मग गुणाविषयीही किती सजग असायला हवं?

पार्टीत उपस्थित असलेल्या प्रत्येक व्यक्तीच्या प्लेटमध्ये असलेल्या काही भाज्या आपल्या आवडत्या तर काही नावडत्या आहेत, हे आपल्या लक्षात येईल. मात्र आपल्याला आपली आवडती भाजीच घ्यायची आहे. याचाच अर्थ आपल्याला प्रत्येक मनुष्यात काही गुण व अवगुण दिसतील. परंतु त्यातील गुणांवर आपल्याला ध्यान केंद्रित करून ते आत्मसात करायचे आहेत. जेवणाबाबत आपलं लक्ष्य एकदम स्पष्ट आहे, तसेच ते गुणांबाबतीत असायला हवं. वास्तविक 'मनाला निर्मळ आणि शुद्ध ठेवणं (Clearing The Mind)' हेच ध्यानाचे पहिले पाऊल आहे, जेणेकरून आपल्याला जे हवंय, त्यावरच आपले ध्यान जाईल.

भाग ४६

ध्यानात दोन मुख्य इंद्रियांना प्रशिक्षण : आपल्याला भेटणाऱ्या प्रत्येक व्यक्तीत सर्वप्रथम आपल्याला काय दिसतं? आपण तिच्यात व्यक्ती (अहंकार) बघता की भक्ती?

आपल्याला समोरच्यामध्ये व्यक्ती दिसत असेल तर आपल्या ध्यानाला योग्य प्रशिक्षण देण्याची गरज आहे. सर्वप्रथम डोळे आणि कान या मुख्य इंद्रियांना प्रशिक्षित करण्याची आवश्यकता आहे. या इंद्रियांना प्रशिक्षण दिल्यानंतर लक्षात येतं, की डोळ्यांचं ध्यान वारंवार कुठे जातंय, म्हणजे अशी कोणती दृश्यं आहेत ज्यात डोळ्यांना नेत्रसुख लाभतं. ठीक याचप्रकारे हे जाणून घेणे आवश्यक आहे, की कान काय ऐकण्याची इच्छा बाळगतात, कोणत्या गोष्टींमध्ये अडकून पडतात? एखाद्याची चुगली किंवा निंदानालस्ती कानाला प्रिय वाटते की कोणी भक्तीचं गुणगान करतंय ते आवडतं?

हीच बाब जिभेलादेखील लागू होते. जीभ कोणते शब्द उच्चारायला इच्छुक असते? वास्तविक ती 'जीभ' हा शब्द सोडून सर्व बोलण्यास तयार असते. परंतु जीभ जर 'स्व'चं स्मरण करत नसेल तर ती व्यर्थ ठरते. कान सत्यश्रवण, अनाहद नाद ऐकत नसेल तर ते व्यर्थ ठरतात.

याचप्रकारे जर डोळे स्वतःचे दर्शन करू शकत नसतील तर ते व्यर्थ आहे. ठीक अशाच प्रकारे ध्यान जर ध्यानावर परतू शकत नसेल तर ते निरर्थक ठरेल. सर्व इंद्रियं म्हणजे 'सेल्फ'ला जाणण्यासाठीचं माध्यम आहेत, ही दृढता येताच आपण एकही क्षण वाया घालवणार नाही.

सर्वप्रथम डोळे आणि कान या दोन मुख्य इंद्रियांना प्रशिक्षण देण्याची आवश्यकता आहे. या दोन इंद्रियांद्वारेच मनुष्य जास्तीतजास्त वेळा मोहमायेत जात असतो. ही इंद्रियं सकाळपासून रात्रीपर्यंत आपलं ध्यान खेचत असतात.

'माझी नजर कुठे पडत आहे? मला दिवसभर काय बघायला आवडतं?' याबाबत मनुष्य कधी विचारच करत नाही. 'मला इंद्रियांकडे लक्ष द्यायला हवं, आणि ध्यानाचं ध्यानही करायला हवं' हा विचारदेखील त्याला येत नाही. आपले ध्यान कुठे जातंय, कुठे गेले पाहिजे, हे आपण बघायला हवं.

आपण दिवसभर कोणत्या गोष्टींवर ध्यान केंद्रित करू इच्छितो, हे आपल्यालाच निश्चित करायचंय. आजवर या सर्व बाबींवर लक्ष न दिल्यामुळे आपलं ध्यान कुठेही भटकत होतं, परंतु आपल्या संमतीशिवाय आता ते कुठेच भटकणार नाही, याची दक्षता घ्या. आपण स्वतःला विचारा, 'माझं ध्यान कुठे भटकतंय?' ध्यान जर मोहमायेत जात असेल तर त्याला सांगा, 'पलट... तुझे ध्यान कुठे आहे?' यामुळे आपल्याला योग्य ठिकाणी ध्यान केंद्रित करण्याचं असं प्रशिक्षण मिळेल, जे केवळ आनंद आणि उच्च लाभ देईल.

भाग ४७

मोहमाया आणि 'स्व'वर ध्यान : मोहमायेतून ध्यान हटवून ते 'स्व'वर कसे केंद्रित करता येईल? यासाठी आपण किती सजग राहायला हवं, हे एका गावाच्या रूपकातून समजून घेऊ या.

एक विलक्षण गाव होतं. अशा गावात जर आपल्याला एक महत्त्वाचे काम आहे तर आपण तिथे कसे जाल, याचा विचार करा. त्या गावात जाण्यापूर्वी प्रत्येक व्यक्तीची मुलाखत घेतली जाते. गावाच्या प्रवेशद्वारापाशी एक मनुष्य बसलेला असून तो मुलाखत घेऊन ठरवतो, की तुम्ही त्या गावात प्रवेश करण्यायोग्य आहात की नाही? या गावात प्रवेश करणाऱ्या प्रत्येक मनुष्याला समजायचं नाही की केव्हा कोणत्या भागातून तीर येऊन लागेल... नाहीतर एखादा दगड त्याच्या अंगावर पडेल किंवा कोण कधी डोळ्यांत धूळ फेकेल.

अशा सर्व गोष्टी या गावात होतात, हे मुलाखत घेणारा आणि प्रशिक्षण देणारा जाणून होता. म्हणून आधी तो हे पाहायचा, 'जो माणूस आलाय तो गावात सुरक्षितपणे प्रवेश करेल की जखमी होऊन परतेल? जर जखमी होऊन परतला तर त्याची परिस्थिती कशी असेल, कपडे फाटलेले असतील आणि तो रक्तबंबाळ झाला असेल.' त्यामुळे गावात जाण्यापूर्वी व्यक्तीला पडताळून घेणे सोयीस्कर होतं, यासाठीच मुलाखतीचं खूप महत्त्व होतं.

त्या गावात जाण्यासाठी आपल्याला ध्यानाच्या प्रशिक्षणाची खूप आवश्यकता होती. कारण त्या गावाविषयी आपल्याला खूप कमी माहिती असते. आपले ध्यान जर प्रशिक्षित नसेल तर मग प्रश्न उपस्थित होतो, की जर आपण त्या गावात जाल आणि आपल्याकडे तीर येईल अशावेळी आपले ध्यान त्वरित त्याकडे कसे जाईल? तो तीर आपल्याला लागू नये यासाठी काय करावे लागेल? थोडक्यात, यासाठी आपल्याला स्वतःमध्ये सजग राहावं लागेल. तीर ज्यावेळी सुटतो, त्यावेळी तो एक विशिष्ट प्रकारचा आवाज करतो. तो आवाज ओळखण्यासाठी आपल्याला ध्यानाच्या प्रशिक्षणाची आवश्यकता आहे. जर लक्ष नसेल तर तो आवाज निसटून जाईल, परिणामी तो आवाजरूपी तीर आपल्याला टोचेल. त्यानंतर आपल्याला पश्चात्ताप होईल, 'जर मी जास्त सजग असतो तर किती बरं झालं असतं!'

हे गाव अन्य काही नसून ते आहे, मायावी जगत. या विश्वात मनुष्य जर सजग नसेल तर मोहमायेचे तीर म्हणजेच विचार आणि वृत्ती त्याला भंडावून सोडतात. त्यामुळेच मोहमायेत जाण्यापूर्वी ध्यानाच्या प्रशिक्षणाला महत्त्व देण्यात आलंय. ध्यान तुमची सजगता वाढवून तुम्हाला संवेदनशील बनवतं. मनात दुःखाचे विचार उमटताच मायेचा तीर तुमच्या दिशेने येत असल्याचं तुम्हाला जाणवेल. तुम्ही जर त्याच वेळी सजग

झालात, तर तो तीर तुम्हाला जखमी करू शकणार नाही.

एखाद्याने आपल्याला शिवी दिली आणि प्रत्युत्तरादाखल तुम्ही त्याला १० शिव्या दिल्या तर मोहमायेचा तीर लागल्याने तुम्ही जखमी झालाय, हे निश्चित समजा. पण बहुतांश लोकांना मात्र प्रतिसाद दिल्यानंतर आपली चूक लक्षात येते, 'मला सजग राहायला हवं होतं, मला असं करायला नको होतं.'

मोहमायेच्या विश्वात असे अनेक तीर असून त्यामुळे मनुष्याच्या हृदयावर घाव पडतात. त्यामुळेच आवश्यकता आहे केवळ ध्यानाच्या प्रशिक्षणाची.

भाग ४८

ध्यानाचे योग्य प्रशिक्षण : ध्यानाला प्रशिक्षण मिळण्यापूर्वी आपल्याला हे जाणून घेणे आवश्यक आहे, की आपल्या ध्यानाला लहानपणापासून कोणते प्रशिक्षण मिळत आले आहे. आपल्याला बालपणापासून अतेज ध्यानींनी प्रशिक्षण दिलंय. अतेज ध्यानी म्हणजे असे लोक- जे कोणत्याही प्रशिक्षणाशिवाय स्वतःच्या मुलांना ध्यानाचं प्रशिक्षण देण्याचा प्रयत्न करतात. जसं, आई-वडील अन्नाविषयी किंवा कपड्यांबाबत बोलतात, त्याचंच अनुकरण मुलं मोठी झाल्यावर करतात. तात्पर्य, ज्या गोष्टींवर आई-वडिलांचं ध्यान असतं, तशाच गोष्टींवर मुलांचं ध्यान केंद्रित होतं. वास्तविक मुलं मोठी झाल्यावर म्हणतात, 'मी असा विचार करतोय...' परंतु त्यांना याची कल्पना नसते, की त्यांच्यासाठी यापूर्वीच कोणीतरी याचा विचार केलेला असतो. हे त्यांच्या आई-वडिलांचे विचार असतात.

मुले आपल्या आई-वडिलांचेच शब्द उच्चारत असतात. 'मी उच्चारलेले शब्द नेमके कुठून आले' यावर ते कधीच थांबून मनन करत नाहीत. मुलांना जे कपडे आवडतात ती त्यांची पसंती असते की आई-वडिलांची? खरंतर मुलं म्हणतात, 'हे कपडे मी निवडले.' परंतु त्याला हे समजत नाही, की निवड करणं त्याला जमतच नाही. कारण निवड कशी करावी, हे त्याला कोणी सांगितलेलंच नसतं. वास्तविक, मुलांना हे समजावून सांगणं आवश्यक आहे, 'सर्व लोक ज्याप्रकारे निवड करत आहेत, त्यांचं पाहून तूदेखील तसाच वागतोस. उद्या फॅशन बदलताच स्वतःची पसंती असलेले कपडे आपल्याला आवडत नाहीत. आपण कपड्यांची निवड करताना स्वतःहून निर्णय घेत नाही, केवळ इतरांचं अंधानुकरण करतो.'

थोडक्यात, आपण लोकांना जे करताना पाहतो, त्याप्रमाणेच वागू लागतो. लोकांनी जर व्यायाम करणे बंद केले तर आपणसुद्धा तसे करणार का? त्यावेळी आपण तर म्हणायला हवं, 'लोक व्यायाम करोत अथवा न करोत, स्वास्थ्यासाठी आवश्यक असल्याने मी व्यायाम करणारच.' प्रत्येक निर्णयासाठी ज्यावेळी मनुष्यात अशी भावना जागृत होते, तेव्हा मनुष्याची समज दृढ होते आणि त्याचा विवेकही जागृत होतो.

भाग ४९

व्यवधान : ध्यानामध्ये जर आपला विवेक जागृत होत नसेल तर ते ध्यान व्यवधान बनतं. व्यवधान म्हणजे अटकाव. आजपर्यंत बरेच लोक जे ध्यान करत आहेत, वास्तवात ते व्यवध्यान करताहेत. म्हणजेच फारच थोडे लोक असली ध्यान करतात. असंख्य लोक ध्यानाऐवजी व्यवधान करतात, त्यामुळे अपेक्षित परिणाम साध्य होत नाहीत. कारण असे लोक व्यवध्यानात अडकतात, सिद्धींमध्ये फसतात, ध्यानापासून मिळणाऱ्या अतिरिक्त लाभाला भुलतात. ध्यानाचा खरा अर्थ हरवल्याने नवीन शब्दाची आवश्यकता भासली आणि तो म्हणजे 'व्यवधान'. मनुष्याने जर ध्यानाचा मूळ उद्देशच प्राप्त केला नाही तर ते व्यवध्यानच आहे.

ध्यानाच्या नावावर लोक काय करत नाहीत, जसं- उड्या मारणं, आध्यात्मिक मनोरंजन करणं आणि सिद्धींमध्ये अडकणं. ज्यावेळी आपण वास्तवात ध्यान काय आहे, ते कुठे केंद्रित केले पाहिजे, ध्यानाचा खरा उद्देश काय, या सर्व बाबी समजून घेऊ, त्यावेळी आपण खऱ्या अर्थाने ध्यान कराल.

भाग ५०

मोहमायेची आंधळी शर्यत : आपण जेव्हा अदृश्य गोष्ट जाणू लागू, त्यावेळी मोहमायेची आंधळी शर्यत बंद होईल. मोहमायेने आपल्या हृदयावर केलेले आघात जेव्हा आपल्या लक्षात येतील, तेव्हा ही आंधळी शर्यत बंद होईल.

'जेव्हा आजूबाजूचे लोक ध्यान करतील, तेव्हाच मी ध्यानसाधना सुरू करेन, अन्यथा नाही' असा विचार आपण करत असाल, तर आपण फार मोठी चूक करत आहात. इतर लोक ध्यान करोत अथवा न करोत, तुम्हाला मात्र ध्यानाची सुरुवात केली

पाहिजे. कारण अदृश्यात आपल्याला कोणते लाभ होताहेत, हे तुम्ही जाणत आहात.

स्नान करण्याचे लाभ दिसून येत असल्याने सर्वजण नित्यनेमाने स्नान करतात. परंतु मनाचं स्नान केल्याने आपल्याला कोणते लाभ मिळतात, हे लगेच दिसून येत नाही. हे आंतरिक स्तरावर होणारे लाभ असल्याने त्याकडे कोणाचेही ध्यान जात नाही. आपल्याला प्रथम तर हेच वाटत असतं, की आपण स्नान करून यावं आणि लोकांनी म्हणावं, 'आता आपण खूप फ्रेश वाटता.' वास्तविक लोक असं म्हणतात म्हणून आपण स्नान करतो. परंतु आपण ज्यावेळी मनाला स्नान घालता, तेव्हा आपल्याला कोणी म्हणत नाही, 'अरे! आपण तेजानंदाने ओतप्रोत भरलेले दिसताहात.' केवळ त्यामुळेच आपण हे करू इच्छित नाही. आपण याची वाट बघता, की लोक ज्याची प्रशंसा करतील, तेच आपण करू या. अशा विचारांबाबत आपल्याला समज विकसित करायची आहे. समज विकसित होताच, ती आपल्याला स्वानुभवासमीप घेऊन जाईल.

लोकांना दिसो अथवा न दिसो, परंतु आपले जे लक्ष्य आहे, कुल-मूल उद्देश आहे, तो आपल्याला प्राप्त करायचाय, हे समज सांगते. लोक चालोत अथवा न चालोत, आपल्याला मात्र याच मार्गावरून मार्गक्रमण करायचंय. ध्यान अशी अवस्था आहे, जी आपल्याला स्वानुभवापर्यंत पोहोचवू शकते. त्यासाठी लवकरात लवकर ध्यानाला सुरुवात करा.

भाग ५१

ध्यानामध्ये सातत्य : 'निरंतरता हीच यशाची गुरुकिल्ली आहे', ही ओळ आपण ऐकली किंवा वाचली असेल. ध्यानातही हाच नियम लागू होतो. जे लोक सातत्यपूर्वक ध्यान करत राहिले, ते अंतिम सत्यापर्यंत पोहोचले.

अशा लोकांनी सांगितलं, 'आम्ही काही वर्षांपासून दररोज ध्यान करतोय परंतु अनेक दिवस त्यामुळे काय लाभ होत आहेत, हे आम्हाला कळतच नव्हतं. लाभ होतात की नाही, हे समजत नसतानाही आम्ही सातत्यानं ध्यान सुरू ठेवलं.' अशा लोकांना ध्यानाचे परिणाम मिळतात. लाभ दिसल्यानंतरही या लोकांनी ध्यान करणं सोडलं नाही. त्यांनी अनेक दिवसांपर्यंत ध्यान करणं सुरूच ठेवलं. इतके दिवस अपेक्षित परिणाम न दिसल्यामुळे मनुष्य ध्यान करणं सोडून देतो. परंतु ज्यांनी ध्यानात सातत्य ठेवलं, त्यांना परिणाम मिळाले. आता हीच गोष्ट समजून घेऊ या, विक्रम आणि वेताळाच्या कहाणीतून!

विक्रम दररोज वेताळाला झाडावरून उतरवून आपल्या पाठीवर घेऊन जात

असे. वेताळ प्रत्येक वेळी विक्रमाला एक कहाणी सांगून म्हणत असे, जर तू या कहाणीचे उत्तर दिले नाहीस तर मी तुला मारून टाकेन आणि दिलेस तर मी उडून पुन्हा झाडावर जाऊन बसेन. विक्रम वेताळाने सांगितलेली कहाणी ऐकून त्याचे अचूक उत्तर देत असे. यामुळे त्याचे प्राण तर वाचत असत, परंतु वेताळ पुन्हा झाडावर जाऊन बसत असे. विक्रम त्याला आणण्यासाठी पुन्हा जात असे आणि हा घटनाक्रम निरंतर चालत असे. सातत्यपूर्वक प्रयत्नानंतरही विक्रमाला परिणाम मिळत नसे. त्याजागी दुसरा कोणी असता तर त्यानं प्रयत्न करणं कधीच सोडलं असतं परंतु विक्रमने असं केलं नाही. विक्रमाने त्याचा खूप लाभ घेतला. त्याने प्रत्येक कहाणीतून काहीतरी बोध प्राप्त करत लक्ष्यप्राप्तीसाठी प्रयत्नशील राहिला. मग शेवटी वेताळाला विक्रमासोबत जावंच लागलं. ठीक याच प्रकारे आपणही आपलं लक्ष्य प्राप्त करण्यासाठी प्रयत्नशील असायला हवं. यासाठी निरंतरतेने ध्यान करणं आवश्यक आहे.

जे लोक ध्यानाला बसण्यास सुरुवात करतात, त्यांना पूर्वीच सजग केले जाते. 'ध्यानात बसल्यानंतर मन चेक करेल, की आपण एवढ्या वेळेपासून ध्यानाला बसलात, पण त्याचा काही लाभ दिसत तर नाही?' आपल्याला त्या चेकरला घाबरायचे नाहीये. नियमितपणे आपलं कार्य सुरू ठेवायचंय.

आपण ध्यान योग्य प्रकारे करताय की नाही, हे ध्यान करताना जरूर बघा. योग्य प्रकारे ध्यान केल्याने परिणाम येतात, परंतु आपण त्यामध्ये गुंतून पडू नका. यामुळे लाभ होतात की नाही, अनुभव येतोय की नाही, हे तपासू नका. केवळ सातत्याने ध्यान सुरू ठेवा.

भाग ५२

ध्यानात सफलतेची मान्यता : ध्यानामध्ये जर शरीर गायब झाल्याचा अनुभव आला नाही तर ध्यान यशस्वी झालं नाही, अशी लोकांची मान्यता असते. परंतु ही केवळ मान्यताच आहे. ही मान्यता आपल्या ध्यानात जर बाधा आणत असेल तर ती विलीन करणं आवश्यक आहे.

आपण ध्यानाला बसण्यापूर्वीच स्वतःला सांगा, 'यावेळी ध्यानादरम्यान शरीराचा अनुभव गायब झाला नाही तर त्रस्त व्हायचं नाही.' हे सांगितल्यामुळे आपण सहजतेने ध्यान करू शकाल. ध्यानात शरीराची जाणीव झाली अथवा नाही झाली, तरी काहीही

फरक पडत नाही. याव्यतिरिक्त सेल्फ स्वतःचा अनुभव करतच असतो. शरीराचा आणि सेल्फचा अनुभव दोन्ही एकाच वेळी सुरू असतात त्यामुळे मनुष्य या दोघांमधील फरक समजू शकत नाही. कारण आपला त्याबाबत अभ्यास नसतो.

याला एका उदाहरणाद्वारे समजून घेऊ या. जर आपल्याला सांगण्यात आले, 'एकाच वेळी दोन गाणी गायली जात आहेत. पण तुम्हाला यातील एकच गाणे पूर्ण ऐकायचे आहे.' सुरुवातीला हे आपल्याला कठीण वाटेल कारण आपले ध्यान थोडे एका व थोडे दुसऱ्या गाण्यावर जाईल. परंतु जेव्हा आपण मन एकाग्र कराल, त्यावेळी मात्र हे सहजशक्य होईल. ठीक याचप्रकारे शरीर आणि सेल्फचा अनुभव एकाच वेळी सुरू आहे. त्यामुळे आपल्याला निरंतर सेल्फचा अनुभव करण्याचा सहज प्रयत्न करायचा आहे.

शरीर गायब होण्याचा अनुभव हा तर बोनस आहे, परंतु ते आपले लक्ष्य नाही. लोक बोनसमध्येच अडकून पडतात. दररोज रात्री शरीर गायब होण्याचा अनुभव आपल्याला येतच असतो, पण सकाळी उठल्यानंतर आपण खूश होत नाही. तात्पर्य, जर समज विकसित झाली नाही तर शरीर गायब होण्याच्या अनुभवाचा काहीही लाभ होत नाही. पृथ्वीतलावरील अनेक लोक असा अनुभव प्राप्त करतात, पण त्यांची आंतरिक अवस्था मात्र पूर्वीसारखीच असते, त्यामध्ये काहीही फरक पडत नाही. याउलट त्यांचा अहंकार अधिक वाढतो. त्यामुळेच ध्यानाच्या लक्ष्यावर विचार करा, शरीर गायब होण्याच्या अनुभवावर नव्हे.

भाग ५३

वाईट भावनांना थांबवून ठेवणे : ध्यानामध्ये वाईट भावनांना कसे थांबवून ठेवले जाते, ते एका उदाहरणाद्वारे समजून घेऊ या. मागील काळात काही गुरूंनी शिष्यांकडून अशी साधनादेखील करून घेतली, की ज्यामध्ये त्यांना घाबरवले जात होते. जसे— एखादा मनुष्य अक्राळविक्राळ चेहऱ्याचा मास्क लावून अचानक एखाद्यापुढे जात असे, त्यामुळे संबंधित घाबरत असे. त्यानंतर तो मनुष्य आपल्या चेहऱ्यावरील मास्क उतरवत असे.

चेहऱ्यावरील मास्क उतरवल्यानंतर घाबरलेला मनुष्य आपल्याला मुद्दाम घाबरवलं जात आहे हे जाणत असे. यावेळी त्या मनुष्याबाबत भीतीची भावना जरी नाहीशी झाली असली तरी शरीरावर मात्र भीतीची भावना काही काळ राहत असे. मग त्या मनुष्याला

सांगितले जात असे, 'आता बघा, आपल्या शरीराला काय अनुभव येतोय? जो अनुभव आहे तो आपल्या शरीरावर असून आपण शरीरापासून वेगळे आहोत. आता आपल्या शरीराला जाणून घ्या आणि त्याचे साक्षीदार बना. याप्रकारे लोकांकडून वेगवेगळ्या प्रकारे अभ्यास करून घेतला जात होता.'

दररोजच्या जीवनात ज्यावेळी त्या मनुष्यासोबत अचानक काही अघटित घडत असे... एखादी वाईट घटना होत असे... समोरचा त्याला उलट-सुलट बोलत असे... एखादा त्याला बघून तोंड वाकडं करून निघून जात असे... त्यावेळी त्याला वाईट वाटतंय, हे तो बघू शकत होता. मग तो स्वतःला सांगायचा, 'ठीक आहे, आता ती व्यक्ती गेली, त्याची भूमिका संपली, आत्ता माझी भूमिका सुरू होतेय. मला आता हे बघायला हवं, जी भावना मला अनुभवास येतेय, वास्तवात ती अनुभवास येतेय की ज्या शरीराचा मी वापर करतोय त्यातून ही भावना निर्माण झालीय?' ही भावना शरीरासोबत जोडलेली असते, आपण जे प्रत्यक्षात आहात त्यासोबत नाही हे उत्तर आपण जाणताच. ज्यावेळी आपण हे स्पष्टपणे पाहू शकाल, त्यावेळी ध्यानाच्या उच्च अवस्थेत आपण असाल.

जसे, आपण लॅपटॉपमध्ये काम करत असताना एखादी फाईल उघडी असते तर याचा अर्थ हा नव्हे, की ती फाईल आपल्यात उघडलीय. ती तर त्या यंत्रात उघडलेली असते, ज्याचा आपण उपयोग करत असतो. आपल्याला जर हे समजून सांगितलं तर आपण म्हणाल, 'हो, मला तर हे माहिती आहे.' अशाप्रकारे हेच कार्य आपल्याला शरीरासोबत करायचंय. 'आपण शरीर नाही' हे आपल्याला समजून घ्यायचंय. हेच ध्यानाचं लक्ष्य आहे.

भाग ५४

ध्यानाचे महत्त्व : लोक ध्यानाला असे कार्य समजतात, जे आपल्या जीवनात महत्त्वपूर्ण नसतं. आपण ज्याप्रमाणे इतर कामाला महत्त्व देता, त्याचप्रमाणे ध्यानालाही द्यायला हवं. स्वतःला सांगा, 'आपण ज्यावेळी ध्यान करतो, त्यावेळी स्वतःला जाणून, अनुभव घेण्यासाठी ध्यान करतोय. दिवसभरातील हा असा वेळ आहे ज्यावेळी आपण स्वतःला भेटतो', जेणेकरून आपल्याला या बाबीबाबत दृढता येईल, 'मी शरीर नाहीये.' यासाठीच स्वतःला आठवण करून देणे आवश्यक आहे.

गुरूद्वारे ही बाब वारंवार सांगितली जाते, तरीही लोकांचा यावर १०० टक्के

विश्वास बसत नाही. त्यामुळे काही वेळासाठी त्यांना ध्यानात बसवलं जातं; जेणेकरून लोक ही प्रक्रिया स्वतः बघतील, अनुभवतील.

इतिहासात काही लोक असेही आहेत, जे गुरूंच्या एका शब्दाला सर्वस्व मानून स्वानुभवात स्थापित झालेत.

ते असे लोक आहेत, ज्यांना केवळ सांगितलं गेलं, 'तुम्ही शरीर नसून ज्या अनुभवात आहात त्यातच राहा, आपल्या होण्याच्या अनुभवात राहा.' गुरूंच्या या शिकवणीला त्यांनी अंगीकारले आणि जीवन जगत राहिले. त्यांनी याबाबत गुरूंना कधीच प्रतिप्रश्न केला नाही, उलट त्या विश्वासावर ते जीवन जगत राहिले. कारण त्यांना गुरूंवर १०० टक्के विश्वास होता.

ध्यानात बसून जेव्हा आपण शरीर नसल्याचा स्वतः अनुभव कराल, तेव्हा शरीरातील सर्व वृत्ती असतानाही आपल्या जीवनात सत्य अवतरण्यास सुरुवात होईल. वास्तविक, आपल्यातील वृत्ती वेळोवेळी मागे ओढण्याचा प्रयत्न करतील परंतु आता आपल्यात जागृती येईल. आपल्याला वास्तवात काय करायचे आहे, हे स्वतःलाच जाणवेल, 'आपण आजही तेच करणार आहोत जे काल केले होते, की आता थांबायचंय?'

आता तुम्हाला स्वतःलाच विचार करायचाय, की केवळ सुविधांसाठी, काही लोक ध्यान करत नसल्याने आपल्याला वृत्तींच्या जाळ्यात अडकायचे आहे का? आपण महागडा सौदा तर करत नाही? आपण जर स्वानुभवाच्या मार्गावर चालाल तर इतरही आपल्याला बघून त्या मार्गावर मार्गक्रमण करू लागतील. त्यामुळे आपण सुरुवात करणे हे कधीही उत्तम. आपण हे इतरांसाठी करत नसून स्वतःसाठी करतोय. असे करून आपण इतरांवर उपकार करत नसून स्वत:वरच करत असतो. कारण यातच आपल्याला आनंद मिळेल. आपण जो आनंद अनुभवाल, तो एवढा मोठा असेल, की त्यापुढे सर्व बाबी आपल्याला छोट्या वाटतील. परंतु त्याची सुरुवात आपल्यालाच करावी लागेल. 'स्व'मध्ये स्थापित होण्याकडे, आपल्या लक्ष्याकडे वाटचाल करण्यासाठी हे आपले पहिले पाऊल असेल.

भाग ५५

अदोष ध्यान : मनुष्याला दिवसभरात अनेक विचार येतात. त्यातील काही

आनंद तर काही दुःख देतात. दुःख देणारे विचार जखमी असतात. अशा विचारांना ठीक कसं केलं जावं? अशा विचारांची हीलिंग झाली पाहिजे, कारण हे विचारच दुःखाचे द्वार आहेत. अदोष ध्यान करण्यासाठी या जखमी विचारांना शोधणे आवश्यक आहे. योग्य प्रकारे शोध घेऊ शकला तर चालता-फिरता, डोळे उघडे ठेवूनदेखील आपण जखमी विचारांना ठीक करून दुःखमुक्त होऊ शकतो. त्यामुळे स्वतःलाच विचारा, 'आपल्याला या बाबीवर विश्वास आहे काय, की कोणतीही घटना दुःखाचे कारण नसून जखमी विचारच त्याचे कारण आहे?' जर उत्तर 'हो' असेल तर चला मग, अदोष ध्यानाद्वारा अशा विचारांची हीलिंग करू या.

१) *आपण निश्चित केलेल्या ध्यान मुद्रेत डोळे बंद करून बसा.*

२) *आपले ध्यान सत्य जाणण्यासाठी असावे.*

३) *आपल्या जीवनात घडलेल्या वेगवेगळ्या घटनांना आपल्या डोळ्यांसमोर आणा आणि स्वतःला विचारा, 'या घटना दुःखदायक आहेत की याबाबत माझ्या अंतर्मनात आलेले विचार दुःख निर्माण करतात? दुःखाचे खरे कारण काय आहे? दुःखाचा दोष कुणाला दिला जावा?' असे विचार जे दुःख निर्माण करतात, त्यांना जखमी विचार म्हटलं गेलंय. अशा जखमी विचारांना त्वरित सत्य मानू नये.*

४) *आपल्या अंतर्मनात सुरू असलेल्या जखमी विचारांचे उदाहरण खालील प्रकारे आहेत. 'अमुक व्यक्ती आपल्याबाबत नाराज आहे... तो आपल्याकडे लक्ष देत नाही... आपल्यासोबत अन्याय झालाय... माझ्याबाबत पार्शेलिटी होतेय... तो इतरांसोबत चांगला व्यवहार करतो, परंतु आपल्यासोबत मात्र वाईट व्यवहार करतो... पाऊस जास्त पडतोय... थंडी खूप आहे... उष्णता भरपूर आहे... सुविधा कमी आहेत... लोकसंख्या जास्त आहे... तंगी आहे... मंदी आहे... आजारी आहे... दुविधा आहे... अज्ञान आहे... आनंद भविष्यातच आहे...' इत्यादी. अशा ज्या विचारांना आपले मन सत्य मानून बसले आहे, त्यांना समोर आणून स्वतःला विचारा, 'सत्य याच्या उलट तर नाही ना? आपण स्वतःसोबतच पार्शेलिटी तर करत नाहीये ना?... जेवढी गरज आहे तेवढीच थंडी पडतेय हे तर सत्य नाही ना?... लोक वाईट*

आहेत, हे आपण का मानून बसलोय?... त्यांनी असे काय करावे की करू नये, म्हणजे आपल्याला ते चांगले वाटतील?... आणि हे मापदंड खरे आहेत की ही आपल्या मनाची कल्पना आहे?' स्वतःसोबत ही चौकशी सुरू ठेवा किंवा हा शोध सुरू ठेवा. निदान ज्या विचारांनी दुःखाची सुरुवात होते, त्या विचारांचा शोध सुरू ठेवा.

५) याप्रकारे एक-एक करून प्रत्येक विचारावर शोध घ्या. एकावेळी कोणत्याही एकाच विचारावर शोध घ्या.

६) काही क्षणानंतर हळूहळू आपले डोळे उघडा.

एका जखमी विचारावर जरी कार्य झाले तरी त्याचा परिणाम आपल्याला अन्यत्रही दिसायला लागेल. त्याद्वारे प्राप्त झालेली शांती अनेक क्षेत्रांत, जीवनातील अनेक भागांत आपल्याला दिसायला लागेल. केवळ एका विचाराने नव्हे तर त्यासंबंधित अनेक विचारांपासून आपण मुक्त व्हाल. हळूहळू आपल्या सर्व समस्या संपतील.

जखमी विचार ठीक होताच अदोष अवताराचा जन्म होतो. तक्रारशून्य आणि आनंदमयी जीवनाला सुरुवात होते. सत्यासोबत प्रेम असेल तर जीवनात वादविवाद न होता केवळ धन्यवादाचेच स्वर निघतात.

भाग ५६

जाऊ द्या (जाने दो) ध्यान : जाऊ द्या, ध्यान केल्याने हे सहज होईल. 'जाऊ द्या' ध्यानात आपल्याला आपल्या साचेबद्ध विचारधारेचा त्याग करून सत्याच्या अधिक जवळ जायचे आहे. आपल्या इच्छांचा त्याग करणं अनेकांना कठीण होऊन जातं. यामुळेच शरीरात तणाव वाढण्याची शक्यता असते. इच्छा हावी झाल्यानंतर त्यापासून मुक्ती मिळवण्यासाठी अनेक लोक सल्लागाराची (मानसोपचारतज्ज्ञ) मदत घेतात. केवळ ध्यानाचे योग्य प्रशिक्षण न मिळाल्यामुळे त्यांना या अडचणींचा सामना करावा लागतो.

'जाऊ द्या' ध्यानाद्वारे प्रत्येक मनुष्य आपल्या सर्व इच्छांपासून मुक्ती मिळवू शकतो. हे ध्यान आपल्या ध्यान क्षेत्राला निर्मल बनवून आपल्याला सत्य अनुभवाच्या अधिक जवळ घेऊन जातं. जे लोक आपल्या भावना आणि विचार प्रकट करण्यास घाबरतात, या ध्यानाच्या मदतीने ते आपले अनावश्यक विचार आणि वृत्ती यांपासून मुक्ती मिळवून

तणावमुक्त जीवन जगू शकतात. चला तर मग, तणावापासून मुक्ती देणाऱ्या या ध्यानाची विधी जाणून घेऊ या.

१) *ध्यानाला बसण्यापूर्वी निर्धारित वेळेचा गजर लावा. त्यानंतर डोळे बंद करून आपल्याला सुविधाजनक असेल अशा ध्यानावस्थेत आणि मुद्रेत बसा.*

२) *ध्यानाच्या सुरुवातीला स्वतःला सांगा, 'यानंतर आपण 'जाऊ द्या' हे ध्यान करणार आहोत. या ध्यानामुळे मला उच्च प्रतीचा लाभ होणार आहे. आपण आपले अनावश्यक विचार, भावना आणि तणाव मुक्त करण्याची इच्छा ठेवतोय. ध्यानादरम्यान आणि नंतरही ईश्वर सतत आपली साहाय्यता करणार असून जेणेकरून आपण तणावमुक्त जीवन जगू शकू. ईश्वराच्या साहाय्यतेसाठी त्याला अनंत धन्यवाद.' या तेजप्रार्थनेनंतर ध्यानाला सुरुवात करा.*

३) *डोळे बंद असताना मनातल्या मनात निश्चित करा, की आतापर्यंत आपण जे काही मोहमायेचे श्रवण केलेले आहे, त्याचा आपल्याला त्याग करायचाय. डोळे बंद ठेवूनच स्वतःला प्रश्न विचारा, 'आपले मन कोणत्या इच्छा धरून बसलंय, ज्यांचा त्याग करण्याची आता वेळ आलीय? हा त्याग योग्य आहे का? आपण स्वतःला प्रत्येक विचार, भावना, तणाव इत्यादी त्यागण्याची परवानगी देऊ शकतो?' या प्रश्नांनंतर कोणते उत्तर येते, त्यावर विचार करा.*

४) *या प्रश्नांची उत्तरे येऊ शकतात, 'मी स्वतःला सर्व काही त्यागण्याची परवानगी देऊ शकतो. ज्या गोष्टी आपण पकडून बसलोय, त्या सर्वांचा आपण त्याग करू शकतो.'*

५) *ध्यानादरम्यान ही समज ठेवा, 'आपण ज्यावेळी सर्वच गोष्टींचा त्याग करण्यासाठी तयार होता, त्यावेळी जे आपलं असेल ते वाढून आपल्याकडे येईल. जे आपल्यासाठी नाही ते विलीन होऊन जाईल.' यावेळी समजेसह काही गोष्टी सोडण्याच्या बाबतीत कंजूषपणा करू नका, कारण* ***त्याग करण्यासाठी काही नाही, पण प्राप्त करण्यासाठी मात्र पूर्ण विश्व आहे, ब्रह्मांड आहे.***

६) स्वतःच्या मनाला, मनातील प्रत्येक बाब त्यागण्याकरिता तयार करा. कारण यामुळेच आपण या ध्यानाचा पूर्ण लाभ घेऊ शकाल आणि आपले जीवन परिवर्तित होऊन जाईल. मनाला पूर्णपणे तयार केल्यानंतर पुढे वाटचाल करा.

७) पुढील टप्प्यावर स्वतःला विचारा, 'आपण काय बघू इच्छित नाही?' या प्रश्नावर वेगवेगळी उत्तरे येतील. एखादी व्यक्ती रंग बघू इच्छित नसेल, दुसरी कचरा, तर कोणी मुलाला रडताना बघण्यास इच्छित नसेल. एखाद्याला एक विशिष्ट फॅशन पसंत नसल्याने अन्य कोणी ती करत असेल तर त्याला बघायला आवडत नाही, काहींना त्यांच्यासमोर इतरांना पुरस्कार मिळताना बघणे आवडत नाही. अशी याबाबत प्रत्येकाची वेगवेगळी उत्तरे असतील. पाहण्याच्या बाबतीतील प्रत्येक इच्छा समोर आणावी.

८) त्यानंतरच्या टप्प्यात स्वतःला पुन्हा विचारा, 'आपण ही इच्छा सोडू शकतो का? आपण लोकांना त्यांच्या पद्धतीने स्नान करण्याची किंवा फॅशन करण्याची अथवा त्यांच्यापरीने विजय प्राप्त करण्याची परवानगी देऊ शकतो का?' यावर उत्तर येईल, 'होय, मी परवानगी देऊ शकतो, मी या इच्छांचा त्याग करू शकतो.'

९) त्यानंतर पुन्हा स्वतःला सांगा, 'या इच्छांना जाऊ दे' असे म्हणताना आपली मूठ बांधून, त्याला 'जाऊ दे... जाऊ दे' म्हणत हळूच आपली मूठ उघडा. त्याचवेळी मनातल्या मनात निश्चय करा, 'या सर्व इच्छांचा मी आता त्याग केलाय.'

१०) त्यानंतर स्वतःला विचारा, 'मी काय ऐकू इच्छित नाही?' या प्रश्नावरही वेगवेगळ्या प्रकारची उत्तरे येऊ शकतात. जसे, कर्कश आवाज, स्वतःच्या वाईटपणाबाबत ऐकणे, गोंधळ, कुत्र्यांचे भुंकणे इत्यादी. मनाच्या अतिसूक्ष्म इच्छांनादेखील समोर आणण्याचा प्रयत्न करा.

११) सर्व सवयी ज्यावेळी पुढे येतील, त्यावेळी स्वतःला प्रश्न करा, 'मी या सर्वांचा त्याग करू शकतो?' उत्तर येईल, 'होय, या सर्वांचा त्याग करून आपण स्वतंत्र जीवन जगू शकतो.' याच उत्तरासोबत आपली

मूठ बांधून त्याला 'जाऊ दे... जाऊ दे' असे म्हणत हळूच मूठ उघडा. याप्रकारे आपल्या सर्व भावनांचा प्रतीकात्मक पद्धतीने त्याग करा.

१२) यानंतरच्या टप्प्यात स्वतःला विचारा, 'असा कोणता स्वाद आहे, ज्याचा आस्वाद घेणं मला आवडतं आणि कोणत्या गोष्टी आवडत नाहीत?' या प्रश्नाचीही अनेकांची वेगवेगळी उत्तरे येतील. जसे, कडू, गोड, तिखट, आंबट.

१३) मग स्वतःला विचारा, 'मी या सर्वांचा त्याग करू शकतो का कारण जे माझं आहे, ते माझ्याजवळ येणारच.' मनाने जे स्वाद पकडून ठेवले आहेत, मग त्यामध्ये आपल्या आवडीचे असेल तरीही त्या सर्वांचा त्याग करा. आपल्या मुठीला बंद करून तिला उघडताना म्हणा, 'जाऊ दे... जाऊ दे.' मूठ पूर्णपणे उघडल्यानंतर म्हणा, 'मी सर्व स्वादांचा त्याग केलाय.'

१४) सर्व आवाज, दृश्य आणि स्वादांचा त्याग केल्यामुळे मनाने जे आजार धरून ठेवलेत, तेसुद्धा सुटतील. मनुष्याला ज्या गोष्टी ऐकण्याची इच्छा नसते तरीही त्याला त्या ऐकू येतात, काहींचा वास घेणे, पाहणे आणि स्पर्श करण्याची इच्छा नसतानाही त्या गोष्टी जर मनुष्याच्या जीवनात होत असतील तर अडचणी निर्माण होतात. त्यामुळे आजार उद्भवतात.

१५) या ध्यानादरम्यान आपल्याला सर्व गोष्टींचा त्याग करायचा आहे. अनेक वेळा आपण त्याग करण्याच्या बाबतीत संभ्रमावस्थेत असतो कारण त्यागलेली गोष्ट परत आपल्या जीवनात येणार नाही अशी भीती असते. या ध्यानादरम्यान अशी भीती आपल्याला ठेवायची नाही. अडचण निर्माण करणाऱ्या सर्व इच्छांपासून आपल्याला मुक्ती मिळवायची आहे. सर्व अडचणींतून मुक्त झाल्यानंतर शरीराच्या प्रत्येक अवयवात मुक्त प्रवाह (फ्री फ्लो) व्हायला हवा.

१६) ध्यानादरम्यान पुढील टप्पा गाठताना स्वतःला प्रश्न विचारा, कोणता वास आपल्याला असुविधा देतो किंवा आवडत नाही? जसे, एखाद्याला

घासलेटचा वास दुर्गंध वाटतो तर कोणाला वाहनांमधून निघणाऱ्या धुराची ॲलर्जी असते. जळण्याचा वास, दुर्गंध किंवा अन्य प्रकारचे वास अनेकांना पसंत नसतात. याउलट काही वास त्यांना सुगंध वाटतात. जसे, अत्तर, सेंट किंवा साबणाचा सुगंध. आपल्या आजूबाजूला असलेल्या सर्व वासांना आठवा.

१७) आता स्वतःला विचारा, 'या सर्व बाबींचा मी त्याग करू शकतो काय?' उत्तर असेल, 'होय. या सर्वांचा त्याग करून मी स्वतंत्र जीवन जगू शकेन.' या उत्तरासोबतच आपल्या हाताची मूठ बांधून त्याला, 'जाऊ दे... जाऊ दे' म्हणत हळूच मूठ उघडा.

१८) आपल्या इच्छांचा त्याग करताना आपल्या आवडीच्या वस्तूंचाही त्याग होतोय, यामुळे घाबरून जाऊ नका. नेहमीच विश्वास ठेवा, की जे आपले आहे, ते नेहमीच वाढून आपल्याकडे येणार आहे. आपली प्रत्येक शुभ इच्छा वाढून आपल्याकडे परतणार आहे. त्यामुळे सर्व प्रकारच्या इच्छांचा पूर्णपणे त्याग करून मुक्त अवस्थेत नवीन जीवनाची सुरुवात करा.

१९) यानंतर असलेल्या ध्यानाच्या पुढील टप्प्यात पुन्हा एकवेळ स्वतःला प्रश्न विचारा, 'कोणते स्पर्श मला नकोत?' उदाहरणार्थ, शरीराला लागत असलेली थंडी, गरमी, घाम, तापमान, खाज, आजाराचा स्पर्श इत्यादींमुळे अनेकांना त्रास होतो. या उदाहरणासोबतच आपल्याला स्वतःला जाणून घ्यायचंय. स्वतःसोबत वार्तालाप करा, कोणता स्पर्श आपल्याला हवाय आणि कोणता नकोय?

२०) यानंतर स्वतःला विचारा, 'या सर्वांचा आपण त्याग करू शकतो का? या सर्वांना जाण्याला परवानगी देऊ शकतो का?' याचे उत्तर येईल, 'होय.' यानंतर आपली मूठ बांधून म्हणा, 'आपण या सर्व इच्छांचा त्याग करण्यास तयार आहोत... त्याग करतोय.' मूठ उघडत असताना पुन्हा म्हणा, 'जाऊ दे... जाऊ दे... जाऊ दे... मी मुक्त आहे... मी आझाद आहे... मी मुक्त आहे... मी स्वतंत्र आहे...'

२१) ध्यान करत असताना हा विचार करा, असं कोणतं कार्य आहे

ज्याच्यासोबत माझ्या इच्छा जोडलेल्या आहेत. कित्येकदा आपल्याला वाटतं, 'असं व्हावं.... तसं व्हावं.' अशा प्रकारे अनेक कार्यांसोबत आपल्या इच्छा जोडल्या जातात. त्या सर्व समोर आणा. आपल्याकडून अशी कित्येक कार्ये व्हावी किंवा होऊ नयेत असं आपल्याला वाटतं. कार्य करताना होणाऱ्या चुका, अडचणींची आपल्याला भीती वाटते. त्या सगळ्या समोर आणा.

२२) पुढे स्वतःला सांगा, 'मी स्वतःला चुका करण्याची परवानगी देऊ शकतो का? मी निश्चित केलेल्या गोष्टी झाल्या नाहीत तर स्वतःला त्या सहजपणे स्वीकारण्याची अनुमती देऊ शकतो का? नेहमी माझ्या मनाप्रमाणे गोष्टी व्हाव्यात, या इच्छेतून मी मुक्त होऊ शकतो का? मी माझ्या सर्व इच्छांपासून मुक्त होऊ शकतो का? काय मी मुक्त जीवन जगू शकतो? स्वतःला मुक्त होण्याची अनुमती देऊ शकतो?' या सर्व प्रश्नांची उत्तर 'हो' अशीच येतील. या उत्तराबरोबरच आपल्या मुठी बांधून, हे सगळं 'जाऊ दे... जाऊ दे...' म्हणत हळूहळू त्या उघडा.

२३) ध्यान करताना प्रत्येकक्षणी हीच समज प्रकट व्हावी, जे आपण सोडत आहात, त्यामुळे आपल्याद्वारे जी अभिव्यक्ती होणार आहे, ती पुन्हा वाढून येईल. अशा प्रकारे मुक्तीचा आनंद मिळाल्यानंतर आपली बुद्धी खुली होऊन मनापासून आपण कार्य कराल. आता आपल्या जीवनात कोणताही अवरोध नसेल आणि जेव्हा आपण अवरोधाशिवाय विचार कराल, तेव्हा सर्वोच्च विचार प्रकट होतील. मनुष्यात दबलेल्या दृश्य-अदृश्य अवरोधांमुळे उच्चतम शक्यता विकसित होण्यास बाधा येते. या ध्यानाने त्या बाधा दूर होतील.

२४) अवरोध असेल तर इच्छा आजार बनतात. त्यामुळे आपण खुलून कोणतंही कार्य करू शकत नाही. या आजारातून मुक्त होण्यासाठी स्वतःला विचारा, मी आपल्या हातासंबंधी सर्व इच्छांचा त्याग करू शकतो का? उत्तर येईल 'हो'. मी माझ्या हातासंबंधी सर्व इच्छा सोडायला तयार आहे.

आता हाताची मूठ बंद करून म्हणा, 'मी या इच्छा त्यागायला तयार आहे. मी स्वतःला सर्व इच्छांपासून मुक्त होण्याची अनुमती देतोय.' मूठ बंद करा आणि हळूहळू सोडत म्हणा, 'जाऊ दे... जाऊ दे... जाऊ दे... जाऊ दे...', 'मी स्वतंत्र आहे.... मी मुक्त आहे... मी मुक्ती आहे...'

२५) ध्यानादरम्यान अशी अवस्था प्रकटते, जेथे काही असेल किंवा नसेल, अशी कोणतीही इच्छा नाही. जीवनात काही मिळावं किंवा न मिळावं अशीही इच्छा नाही.

२६) ध्यानात पुढे हे पडताळून पाहा, आपण विचारांसोबत कोणत्या इच्छा बाळगल्या आहेत. कारण त्या अधिकतर अदृश्य असतात. पण आज आपल्याला त्या सर्व गोष्टी समोर आणायच्या आहेत. आपल्याला जे जाणायचं आहे, कोणते विचार यायला नको, जसं, निराशा, चिंता यांचे विचार. कारण नकारात्मक विचारांविषयी आपल्याला अवरोध असतो.

ध्यान करताना विचारांसंबंधी कित्येक इच्छा आपल्यासमोर येतील. जसं, कोणी माझ्या कामात अडथळा आणू नये. माझंच काम सर्वोत्तम व्हावं, माझ्या कामाचं श्रेय मलाच मिळावं... अशा सूक्ष्म इच्छा समोर आणण्याचा प्रयत्न करा.

२७) आता हा विचार करा, 'मी स्वतःला असे विचार यावेत याची परवानगी देऊ शकतो का?' उत्तर येईल, 'हो' 'असे विचार आले तरी हरकत नाही. आले तर आले. या इच्छेचा मी त्याग करू शकतो.' कारण *'जे माझं आहे, ते माझ्याकडे परतेल आणि जे माझं नाही ते विलीन होईल.'*

२८) आपल्याला नेहमी वाटतं, भीतीचे विचार यायला नकोत. त्यामुळे असा विचार करून आपण त्या विचारांसाठी अवरोध निर्माण करतो. आता स्वतःला विचारा, 'मी स्वतःला घाबरण्याची अनुमती देऊ शकतो का?' उत्तर येईल, 'हो'. मी स्वतःला अशी अनुमती देऊ शकतो. एखाद्या विशिष्ट प्रकारचे विचार यायला नकोत, या इच्छेचा मी पूर्णपणे त्याग करू शकतो.

आता हाताची मूठ बांधून म्हणा, 'मी सगळ्या विचारांसंबंधी इच्छांचा त्याग करत आहे. मी स्वतंत्र आहे... मी मुक्त आहे... मी स्वतंत्र आहे...' मूठ उघडत स्वत:ला म्हणा 'जाऊ दे... जाऊ दे... जाऊ दे...'

२९) *ध्यान संपण्याअगोदर काही वेळ स्वातंत्र्याची घोषणा करा आणि मुक्त होऊन पुन्हा नव्याने जीवन सुरू करण्याचा आनंद लुटा. नेहमी या गोष्टीवर विश्वास ठेवा, 'जे आपलं आहे ते आपल्याकडे परतेल आणि जे आपलं नाही ते विलीन होईल.'*

३०) *ही समज मनात ठेवून ईश्वराला त्याच्या मदतीसाठी धन्यवाद देत हळूवारपणे डोळे उघडा.*

हे ध्यान करत असताना आपण जर सगळ्या इंद्रियांच्या इच्छेवर एकत्र कार्य करू इच्छित नसाल तर दररोज एका इंद्रियाच्या इच्छेपासून मुक्त व्हा. जसं, पहिल्या दिवशी कान, दुसऱ्या दिवशी जीभ, तिसऱ्या दिवशी डोळे, चौथ्या दिवशी विचारांपासून मुक्त होऊ शकता. या ध्यानाचा लाभ मिळाला तर आपलं जीवन तणावमुक्त होऊन जगण्याची सुवर्णसंधी मिळू शकते. ती अजिबात न दवडता आजच या ध्यानप्रणालीचा प्रयोग करायला सुरुवात करू या.

भाग ५७

स्वीकार ध्यान : स्वीकार ध्यानात डोळे मिटून बसल्यानंतर तयार होणारी अवस्था साधकाला ग्रहणशील बनवते. ही ग्रहणशीलता वाढवण्यासाठीच स्वीकार ध्यान करा.

१. *ध्यानामध्ये बसण्यासाठी ठराविक कालावधीचा गजर लावा. त्यानंतर निवडलेल्या आसनात आणि मुद्रेत, डोळे मिटून बसा.*

२. *ध्यानाची सुरुवात करण्याआधी पूर्वतयारी करा.*

३. *ध्यानादरम्यान डोळे बंद असल्यामुळे आंतरिक अमर्याद अवकाश प्रकट होण्यास मदत मिळते.*

४. *ध्यानादरम्यान मनाला सूचना द्या, 'या वेळी मी ध्यानात रिक्त होण्यासाठी बसलो/बसले आहे.'*

५. आपण ध्यानात बसलोय, हा निसर्गाला दिलेला संकेत आहे, की 'मला सर्व स्वीकार आहे. या वेळी वर्तमानात जे काही सुरू आहे, ते मला स्वीकृत आहे.' तुम्ही स्वीकार भाव व्यक्त करण्यासाठी स्वतःच्या शरीराच्या आणि श्वासाच्या माध्यमातून, 'मला सर्व स्वीकार आहे' हा संकेत देता.

६. यानंतर ध्यानामध्ये, एक दीर्घ श्वास आतमध्ये घ्या आणि सोडा. पुन्हा एकदा, दीर्घ श्वास घ्या. आत जात असलेल्या श्वासाबरोबर मनातल्या मनात, 'स्वीकार, स्वीकार, स्वीकार' असं म्हणा. श्वास जितका दीर्घ, तितका काळ 'स्वीकार' असं म्हणत राहा. हे करताना तुम्ही किती वेळा स्वीकार म्हणता, हे जास्त महत्त्वाचं नाही, तर त्याबरोबर स्वीकार भाव येणं अधिक महत्त्वाचं आहे. शरीर तसंच मनानेही स्वीकार करावा, यासाठी आपण स्वीकार ध्यान करत आहात.

७. आता ध्यान करताना वातावरणाचाही स्वीकार करा. वातावरणाचं निरीक्षण करा आणि आत जाणाऱ्या श्वासाबरोबर म्हणा, 'हे वातावरण, हे वायुमंडल मी स्वीकारलंय.' समजा, थंड किंवा गरम वातावरण असेल, डोळ्यांवर प्रकाश येत असेल, बोचरी थंडी असेल... अशा कोणत्याही वातावरणाचा स्वीकार करा.

पुढील पाच गोष्टींचा स्वीकार करा :

अ. सर्वप्रथम वातावरणाचा स्वीकार करून, आजूबाजूला ऐकू येणारे सगळे आवाज ऐका आणि आत जाणाऱ्या श्वासाबरोबर म्हणा, 'स्वीकार आहे.' आवाज असेच ऐकू येत राहिले, तरीही तुम्हाला फरक पडणार नाही.

आ. श्वास जसा सुरू आहे, 'स्वीकार आहे.' छोटा, मोठा, जड किंवा हलका श्वास, प्रत्येक श्वास स्वीकार आहे.

इ. शरीरावर ज्या वेदना आहेत – अंगदुखी, जडत्व, घाम, दडपण... या सगळ्यांचा देखील स्वीकार करा. आत जाणाऱ्या श्वासाबरोबर म्हणा, 'स्वीकार आहे.'

ई. जाणवणाऱ्या गैरसोयी, अडचणींचाही स्वीकार करा. शरीर त्याचा फीडबॅक देतंय, त्याचाही स्वीकार करा.

७. आपल्या विचारांनाही स्वीकारा. विचार सुरू आहेत, 'स्वीकार आहे.' निर्विचार अवस्था आहे, 'स्वीकार आहे.' 'कोणता विचार करू?' हा विचार आलाय, तो देखील स्वीकार आहे.

आत जाणाऱ्या प्रत्येक श्वासाने तुम्हाला स्वीकाराची आठवण द्यावी. तरीही काही अस्वीकार होत असेल, तर ते तात्पुरते बाजूला ठेवा.

८. वातावरणात, आवाजांमध्येही परिवर्तन झालं, तरी 'स्वीकार आहे' असंच म्हणा. कोणत्याही बाबतीत घडणारा बदल स्वीकारा.

* विचारांमध्ये दृश्य दिसले, 'स्वीकार आहे'.
* लाइट दिसला, 'स्वीकार आहे.'
* शरीरावर तरंग जाणवत आहेत, 'स्वीकार आहे.'
* कोणताही अनुभव आला नाही, 'स्वीकार आहे.'
* कोणताही अनुभव आला, 'स्वीकार आहे.'
* सुई टोचली, 'स्वीकार आहे.'
* कार मिळाली नाही, 'स्वीकार आहे.'
* लक्ष्य प्राप्त झालं किंवा नाही झालं , 'स्वीकार आहे.'
* या क्षणाला जे काही घडतंय, सगळं 'स्वीकार आहे.'

स्वीकार ध्यान, वर्तमानात स्वीकार-अवस्था आणायला शिकवतं.

९. श्वास आहे तसाच सुरू ठेवा. स्वीकार करायला विसरलात, तर त्याचाही स्वीकार करा.

१०. या वेळी तुम्ही पृथ्वीवर अशा उच्चतम अवस्थेत आहात, जिथे सर्व काही स्वीकार आहे.

११. स्वीकार भावामध्ये राहून, हळूहळू डोळे उघडा.

भाग ५८

ध्यानदर्शन : ध्यान करताना तीन गोष्टीचं दर्शन व्हायला हवं. एक : स्वतःचं, दुसरं : शरीराचं-ज्याचा तुम्ही वापर करता आणि तिसरं दर्शन : शारीरिक इंद्रियांनी दिसणाऱ्या जगाचं. तीनही सत्यांचं दर्शन हे ध्यानाचं ध्यान केल्यामुळे होतं. सुरुवात योग्य रीतीने झाली, तर शेवटही यशस्वी होतो. सुरुवात चुकीची झाली, की अंतही असफल होतो.

इंद्रियांचं जग जाणून घेण्यासाठी मनुष्य दृश्यातील सत्य, आवाजातील सत्य आणि स्पर्शातील सत्य जाणण्यातच खूप वेळ वाया घालवतो. तिसरं सत्य सर्वप्रथम जाणलं, तर संपूर्ण आयुष्य त्यातच समाप्त होऊ शकतं. यासाठी सत्यदर्शन करायचं असेल, तर आरंभापासून आरंभ करा. सर्वांत आधी स्वयं - स्वसत्य, नंतर शरीरासंबंधीचं सत्य आणि तिसऱ्या क्रमांकावर, शरीरामुळे प्रकटणाऱ्या दुनियेचं सत्य.

'मी कोण आहे?' या प्रश्नाने स्व-सत्याची सुरुवात होते. स्वतःबद्दलचं सत्य जाणण्यासाठी स्वतःला, 'मी कोण आहे?' हा प्रश्न विचारा. हा प्रश्नही तुम्हीच विचारायचाय आणि उत्तरही तुम्हीच द्यायचंय. हा प्रश्न आणि त्याचं उत्तर, दोन्हीही तुमच्या आतच आहे. बाहेर असणाऱ्या गुरूंची उपस्थिती ही तुमच्या अंतरंगातील गुरूला जागृत करण्यासाठी आहे.

विचार करण्याची शक्ती क्षीण झाली असं वाटेल, तेव्हा फक्त तेजस्थानावर (हृदयावर) ध्यान लावा. मन विचारांमध्ये गुरफटले, तर प्रश्न विचारून त्याला पुन्हा लक्ष्यावर म्हणजेच पहिल्या सत्यावर आणा. योग्य क्रमाने ध्यान करत सत्यदर्शन घ्या.

ध्यानामध्ये स्वतःला, 'मी कोण आहे?' हा प्रश्न विचारल्यानंतर यथार्थ, निर्भेळ सत्याचं दर्शन घडतं. त्यानंतर तुम्हाला, 'मी जर शरीर नाही, तर मला कशाप्रकारे जगायला हवं?' ही समज प्राप्त होते. जसं, एखादा राजा, आपलं राजेपण विसरल्यामुळे भीक मागत आयुष्य जगतोय. पण त्याला जेव्हा सत्याची आठवण होईल, तेव्हा सर्वप्रथम तो भीक मागणं बंद करेल. तुमच्यासमोरही जेव्हा सत्य प्रकटेल, तेव्हा त्या सत्यासोबत जीवन जगण्याची तुमची सुरुवात होईल. जोपर्यंत सत्याची अनुभूती घडत नाही, तोपर्यंत त्या अनुभूतीच्या प्राप्तीसाठी ध्यानामध्ये बसावं लागतं.

आयुष्याच्या धावपळीत काही मिनिटं थांबलं तर सत्य दिसेल, सजगता येईल. जीवनाच्या घाईगडबडीत दोन मिनिटं थांबण्याची कला म्हणजे 'ध्यान' आहे.

भाग ५९

मन आणि शरीराच्या वृत्ती : ज्या शरीराचा आपण वापर करतोय, त्यामध्ये मन देखील आहे. म्हणूनच त्याला मनोशरीर यंत्र म्हटलं जातं.

आपल्याला जे शरीर मिळालंय, ते सेल्फची अभिव्यक्ती आणि ईश्वरीय गुणांच्या प्रकटीकरणासाठी बनवलं गेलंय आणि हे या शरीरासंबंधीचं सत्य आहे. हेच जर सत्य आहे, तर सुस्ती, तमोगुण, वासनांमुळे, शांत बसण्याची सवय नसल्याने, उतावीळपणामुळे, एखाद्या आजारामुळे शरीर बाधा बनतंय?

'ए'पासून 'झेड'पर्यंत स्वतःला विचारा, 'ज्या मनाचा आणि शरीराचा मी वापर करतोय, ते कसं आहे?'

'ए' शब्दावर शरीर आळशी, अहंकारी आहे, तर ते कशाप्रकारे अडथळा बनतंय? 'आळसामुळे मी आजपर्यंत काय-काय गमावलंय? मला कोणकोणत्या गोष्टी मिळायला उशीर झालाय? हा उशीर कशामुळे झालाय?' यावर प्रामाणिकपणे मनन करा.

'बी' शब्दावर येतं, 'बहुरूपी.' हे मन बहुरूपी आहे, नानाढंगी आहे. रावणाप्रमाणे वेगवेगळी रूपं धारण करतं. ते रूपामध्ये आणि आकारात अडकतं.

'सी' शब्दावर येतं, 'क्रेडिट घेणारं.' एखादं काम झाल्यानंतर त्याचं श्रेय घेण्याच्या लालसेत असं मन सत्यश्रवणासाठी सत्संगात जायचं टाळतं. ते विचार करतं, 'आधी श्रेय तर मिळू दे, सत्याचं स्मरण नंतरही करता येईल.' क्रेडिटच्या इच्छेपोटी मिळालेला वेळही ते व्यर्थ गमावतं.

'डी' शब्दावर दिखाऊ सत्य येतं. इंद्रियजगतातील सत्य, दिखाऊ सत्याचा माणसावर पगडा बसतो, तेव्हा तो सत्यापासून दूर जातो.

'ई' ईर्ष्यालू. हे मन ईर्ष्यालू आहे. 'त्याला ते मिळालं, मला नाही मिळालं...' असं म्हणतं. ते नेहमी इतरांकडे पाहतं.

'एफ' - फिफ्टी-फिफ्टी. असं मन फिफ्टी-फिफ्टीमध्ये काम करतं. एखाद्या

गडूसारखं, बिन बुडाच्या लोट्यासारखं जे सत्य-असत्य यांच्या दरम्यान डुलत राहतं. गुण-अवगुणात त्याचं ध्यान विभागलेलं असतं. ते कधीही एका बाजूला नसतं.

'जी' – ज्ञानाचं प्रदर्शन. हे मन ज्ञानाचं प्रदर्शन करतं. ज्ञानी युधिष्ठिर बनून ते सत्य समजून घेतं.

'एच' – सजगता आणणारं. जे बेहोशी आणतं त्यालाच ध्यानाद्वारे सजग केलं जातं. अशी सजगता ज्यामध्ये हास्य आहे, आनंद आहे. ज्यात सर्वांना मदत करण्याची भावना आहे, सत्यनिष्ठा आहे.

'आय' – इंटलेक्ट (बुद्धिवादी). या मनाला तर्कसंगती आवडते. अतार्किक गोष्टी त्याला समजत नाहीत.

'जे' – उतावीळपणा (जल्दबाजी). असं मन नेहमीच उतावीळ असतं. थांबायला, धीर ठेवायला त्याला आवडतच नाही. मन आवेशामध्ये सजगता गमावतं.

'के' – कपटी. हे मन इतरांशी आणि स्वतःशीही कपट करतं.

'एल' – लोभी मन.

'एम' – महत्त्वाकांक्षी मन.

भाग ६०

मनोवृत्तींची माहिती : आपल्या मनात कोणत्या वृत्ती आहेत, हे सर्वप्रथम माहिती करून घ्यायला हवं. त्यासाठी मनाच्या सर्व वृत्ती समोर आणून, स्वतःची चौकशी अत्यंत प्रामाणिकपणे करण्याची आवश्यकता असते.

'एन' – नाराज, नास्तिक. असं मन ईश्वरावरही नाराज असतं. त्याला जर त्याच्या प्रार्थनेचं उत्तर मिळालं नाही तर ते नास्तिक बनतं.

'ओ' – उलटा दृष्टिकोन. मनाला मायेचा उलटा चष्मा लागलाय. त्यामुळेच ते प्रत्येक गोष्ट विरुद्ध दृष्टिकोनातून पाहतं. प्रत्येकात ते नकारात्मकता पाहतं.

'पी' – पास्ट (भूतकाळ). भूतकाळातील घटना वारंवार आठवून मन अपराधबोधाच्या भावनेत जगतं. भूतकाळातील चुका उकरून काढतं आणि बेचैन होतं.

'क्यू' - क्वेश्चन (प्रश्न). मन स्वतःच्या प्रश्नांना जास्त महत्त्व देतं. उत्तरापेक्षा त्याचं स्वतःच्या प्रश्नांवरच जास्त प्रेम असतं.

'आर' - राजनीतिज्ञ. राजकारणात लोक ज्याप्रमाणे स्वार्थापोटी स्वतःचं आणि दुसऱ्यांचंही नुकसान करतात; त्याचप्रमाणे मन मायेला आणि सत्यालाही सांभाळण्याची व दोघांचाही लाभ घेण्याची इच्छा बाळगतं.

'एस' - स्लो लर्नर. म्हणजेच सावकाश शिकणारा. धीम्या गतीने शिकण्यात काहीही अडचण नसते. कारण हळूहळू शिकणारेही कासवाप्रमाणे आपल्या ध्येयापर्यंत पोहोचतात. परंतु त्यामध्ये सातत्याची आवश्यकता असते. यासाठी मनाला निरंतरतेची सवय लावा. संकल्प घेऊन हळूहळू गती वाढवली, तरच तुम्ही ध्येयापर्यंत पोहोचू शकता.

'टी' - टीचर. मनाला शिकण्याऐवजी शिकवण्यात जास्त रुची असते.

स्वतःला विचारा, 'माझं मन असं आहे का?' 'ए' पासून 'झेड' पर्यंत स्वतःला प्रश्न विचारत राहा.

'यू' - अंधश्रद्धा. असं मन अंधश्रद्धेत गुरफटतं. सत्य-समजेत अरुची दाखवतं. सत्याची समज आपल्याला अंधश्रद्धेकडून मंदश्रद्धेकडे, नंतर प्रबळ श्रद्धा, तेजश्रद्धा आणि शेवटी बुलंद श्रद्धेकडे घेऊन जाते. मनाला ही समज मिळण्याची आवश्यकता आहे.

'वी' - वासना. मन वासनांमध्ये अडकतं. मनाला वासना आणि कल्पनाच आवडतात. तो गरजेपेक्षा जास्त वेळ त्यामध्येच रममाण होतो.

'डब्ल्यू' - वर्कोहोलिक (जो सतत काही ना काही काम करत राहतो.) वर्कोहोलिक मनुष्य कामाशिवाय राहूच शकत नाही. असा माणूस ना झोपू शकतो ना आराम घेऊ शकतो. अशा प्रकारच्या लोकांना रजोगुणीही म्हणतात. असं मन रजोगुणी असतं. विचारांशिवाय शांत बसणं त्याला जमतच नाही.

'एक्स' - एक्स्ट्रीम (अति). असं मन अतीमध्ये राहणारं, प्रत्येक गोष्टीचा एक्सरे काढणारं, बारकावे शोधण्याचं काम करणारं, प्रत्येक गोष्टीवर संशय घेणारं असतं. अतींमध्ये जगणाऱ्याचा विचार असतो. पोटभर तरी खायचं, नाहीतर अन्नाला स्पर्शही करायचा नाही. अखंड बडबडायचं किंवा अवाक्षरही काढायचं नाही. अशी माणसं प्रत्येक वेळी अतींमध्ये निर्णय घेतात. ते मध्यममार्ग काढू शकत नाहीत.

तुमच्या मनाने या गोष्टींवर योग्य दिशेनं काम करण्यासाठी इंटेन्शन घेण्याची आवश्यकता आहे. ज्या शरीराद्वारे आपण स्वतः अनुभव घेऊ शकतो, तेच आपल्याला स्वानुभवावर कायम राहण्यासाठी मदत करेल. म्हणूनच शरीरातील दोष (पॅटर्न्स) दूर केले तर ते कृपापात्र बनेल.

'वाय' - यांत्रिक. हे मन यांत्रिक जीवन जगतं. सत्यापर्यंत पोहोचण्याच्या मार्गात आदि-मध्य-अंत हा सर्वच प्रवास आनंददायक आहे. यांत्रिक म्हणजेच एखाद्या यंत्राप्रमाणे सेवा करणारे लोक या प्रवासाचा आनंद घेऊ शकत नाहीत. सजग लोकच योग्य प्रकारे निमित्त बनू शकतात.

'झेड' - झीरो. मनाची सुरुवात झीरोपासून होते. सत्यशोधक म्हणजेच जे सत्याबाबत पूर्णतः अनभिज्ञ आहेत, अशांनी सुरुवातीला अखंड श्रवण तसंच पठणाबरोबर ध्यानही समजून घ्यायला हवं. या पुस्तकाच्या माध्यमातून, शून्यापासून सुरुवात करा, ज्यामुळे तुम्ही 'झीरो' म्हणजे निराकारापर्यंत पोहोचाल.

ध्यानामध्ये निरंतरतेचं, सातत्याचं महत्त्व तुम्ही जाणलंय. सातत्याबरोबर योग्य दिशाही असेल तर ध्येय दूर नसतं. योग्य दिशेने पुढे जाण्यासाठी सत्य श्रवण, पठण, मनन, ध्यान आणि छोटे-छोटे संकल्प घेऊन कार्य करण्याची आवश्यकता आहे.

भाग ६१

तक्रारशून्य जीवन : ज्या वेळी तक्रारींचं कारण समजून, तक्रारींमुळे कोणाला दुःख होतंय, हे जाणण्याचा प्रयत्न होतो; त्या वेळीच तक्रारशून्य जीवन जगता येतं.

जो दुःखी होतो, तोच आपल्या सेंटरपासून (हृदयस्थानापासून) दूर जातो. जो दुःखी आहे, तो आपल्या मूळ स्वभावापासून दूर गेल्याने त्यालाच काम करायचं आहे. दुःखाचं कारण बाहेर आहे, की आतमध्ये, हे जाणण्यासाठी खालील महावाक्यांवर मनन करा.

अ) आपल्याला जसं दिसतं, तसं जग नसतं. तर, आपण जसे असतो तसं जग असतं.

आ) दोष दुसऱ्यांमध्ये आहे; या विचारातच दोष आहे. समस्या इतरांमध्ये आहेत; या विचारातच समस्या आहेत.

विचारांमध्ये समस्या आहेत, तर विचारायाम करायचंय. 'विचारायाम ध्याना'च्या आधारे त्या विचाराला नाहीसं करून निरोगी, स्वस्थ बनवायचंय.

कोणत्याही विचाराने तुमच्या परवानगीशिवाय कोणतीही कथा बनवता कामा नये. तसंच तुमच्या अपरोक्ष कोणत्याही विचाराने कथा बनवू नये, सगळं काही तुमच्या समोरच घडावं. विचारांचा खेळ तुमच्यासमोर, तुमच्या जागृतीत घडावा. पाठीमागे कोणतीही कथा बनवून दुःख निर्माण करण्याचं काम विचारांना द्यायचं नाही.

कथेपासून मुक्त असणारं जीवन हे आनंददायक असतं. स्वतःला विचारा, 'ज्या दिवशी तुझ्या सगळ्या कथा बंद होतील, त्या दिवसापासून तुझं जीवन कसं असेल?' अशा जीवनाच्या कल्पनेनेही तुम्ही आनंदी व्हाल. तुम्ही ठिकठिकाणी, जात आहात, सर्वांना भेटत आहात, प्रत्येक घटनेत, प्रत्येक क्षणी वर्तमानात आहात, आनंद घेत आहात. तुमच्याकडून अभिव्यक्ती होत आहे, सगळं काही घडतंय; परंतु कोणत्याही कथेमुळे तुम्ही दुःखी नाही. तुम्ही ना दुसऱ्यांच्या शरीरामुळे दुःखी आहात, ना स्वतःच्या. असं आहे, 'विचारायाम ध्यान!'

विचारांचा आयाम जर स्वस्थ, सुदृढ बनला, तर तुम्ही सगळ्या दुःखांपासून मुक्त होऊन मौनायामात सहजतेने स्थापित होऊ शकता. हाच आहे, विचारायाम ध्यान करण्याचा उद्देश! आसनायाम सिद्ध झाल्यास शारीरिक स्वास्थ्य प्राप्त होतं. प्राणायाम सिद्ध झाल्यास शरीराबरोबरच मानसिक स्वास्थ्यही मिळू लागतं. विचारायाम सिद्ध झालं तर आध्यात्मिक स्वास्थ्य मिळतं. विचारायामासाठी समजेची मशाल प्रज्ज्वलित होण्याची आवश्यकता आहे. विवेकाची तलवार चालण्याची गरज आहे.

१. *ध्यानासाठी निवडलेल्या आसनात आणि मुद्रेत, डोळे मिटून बसा.*

२. *ध्यानाची सुरुवात करण्याअगोदर पूर्वतयारी करा.*

३. *डोळे बंद करून पुढील गोष्टीकडे लक्ष द्या. 'आता कोणकोणत्या लोकांबद्दल माझ्या तक्रारी आहेत? एक, दोन, चार... किती नावं समोर येतात, ती मोजा. घरी, ऑफिसमध्ये, शाळेत, कॉलेजमध्ये, बाजारात, एखादा दुकानदार, एखादा ग्राहक, एखादा शेजारी, कोणीतरी बॉस, कोणी नातेवाईक... यातील किती लोकांबद्दल माझ्यात तक्रारी निर्माण, तयार होत आहेत? अशा सगळ्या लोकांना पाहा.*

४. आता स्वतःला विचारा, 'ज्या लोकांबद्दल मला तक्रार आहे, त्या लोकांनी काय करायला हवं?' वेगवेगळ्या लोकांबाबत तुमचं मन निरनिराळे सल्ले देऊ लागेल. जसं, अमक्याने क्रोध करायला नको... तमक्याने नीट चालायला हवं... त्याने आळस सोडून काम करायला हवं... समोरच्याने मला मदत करायला हवी... इत्यादी. आता स्वतःला विचारा, 'समोरच्याने मला मदत केली नाही याचा अर्थ मी काय घेतला?' समोरच्याला तुम्ही म्हणाला, 'मला .... ही मदत कर' आणि त्याने ती केली नाही. तर तुम्ही त्याचा अर्थ, त्या माणसाला तुम्ही आवडत नाही असा काढला. किंवा त्या माणसाला तुमचं चांगलं पाहवत नाही किंवा तो माणूस अहंकारी आहे किंवा स्वार्थी आहे असा लावला. आता, 'यामध्ये त्याचा स्वार्थ आहे, की तुमचा?' हे स्वतःला विचारून, स्वतःलाच प्रामाणिकपणे उत्तरही द्या. तुमचा स्वार्थ तुम्हालाच त्रास देतोय.

५. अगोदर स्वतःला विचारा, 'मी कोणकोणते अर्थ काढले आहेत?' कोणी खूप हसलं, तर मन अर्थ लावतं, 'खूप हसणारा वेडा असतो.' कोणी हसलं नाही, तरी देखील मन अर्थ काढतं, 'न हसणारा गर्विष्ठ असतो.' कोणी रडलं, तरी देखील मन अर्थ काढतं, 'रडणारे भावनिक रीत्या कमकुवत असतात.' कोणी रडलं नाही तरी देखील मनाचा अर्थ तयार असतोच, 'जे रडत नाहीत, ते पाषाणहृदयी असतात.' अशा तऱ्हेने कोणता ना कोणता अर्थ लावण्याची, काढण्याची मनाला सवय असते.

६. विचारायाम करणाऱ्या मनुष्याला स्वतःला किंचितही त्रास देण्याची इच्छा नसते. आता तुम्ही ज्या पंक्तींचा विचार केला, त्यांचा शोध घ्या. 'समोरच्या माणसाला तुमचं भलं व्हावंसं वाटत नाही' असा विचार तुम्ही केला. तर आता स्वतःला विचारा, 'मला माझंच भलं करण्याची इच्छा आहे का? मी जर चांगलंच इच्छिलं असतं तर दुःखी झालो असतो का?' यानंतर स्वतःला हे देखील विचारा, 'मी इतरांचं भलं इच्छितो का? मग दुसऱ्यांनी माझं चांगलं का करावं? मी स्वतः स्वतःचंच चांगलं करू शकत नाही?' या प्रश्नांच्या उत्तरांवर सखोल मनन करा.

'समोरचा तुमचं भल न करूनही तुमचं भलंच करतोय.' यावर सूक्ष्मतेने शोध घ्या.

७. *मी स्वतःचं भलं करतो का? कोणकोणत्या बाबतीत मी स्वतःचं देखील भलं करत नाही?' अशा साऱ्या बाबी, सगळे आयाम पाहा. शारीरिक, मानसिक, आर्थिक, सामाजिक आणि आध्यात्मिक या सर्व स्तरांवर तुम्ही तुमचं भलं करत आहात का, हे पाहा.*

८. *वरील उदाहरणांतून विचारायामाची पद्धत तुमच्या लक्षात आली असेल. आपल्याला ज्या माणसाबद्दल तक्रार आहे, तिथे स्वतःलाच विचारा, 'त्या माणसाने काय करायला हवं किंवा नको?' उत्तर येईल, 'त्याने अमुक अमुक गोष्ट करायला नको. परंतु तो तेच करतोय.' यानंतर स्वतःला विचारा, 'त्याच्या कृतीचा अर्थ मी काय घेतलाय?' तेव्हा उत्तर येईल, 'तो खडूस आहे, अहंकारी आहे, मूर्ख आहे.' उत्तरादाखल ज्या ज्या पंक्ती येतील, त्या स्वतःच्या बाबतीत पाहायच्या आहेत, 'मी कुठेकुठे अहंकारी बनतो? मी कुठे मूर्खपणा करतो?' जीवनाच्या प्रत्येक स्तरावर स्वतःबाबत हा शोध घ्यायचाय. अशा प्रकारे समोरच्या माणसाने तुमच्यासाठी आरशाचं काम केलंय, हेही तुमच्या लक्षात येईल. कारण एरवी तुम्ही स्वतः शोध घेणार नव्हता. समोरच्या माणसाच्या माध्यमातून काही गोष्टी दृश्यरूपात प्रकटल्या आणि तुम्ही त्यावर मनन केलं. अशा प्रकारे विचारायाम केलं, तर समोरच्याला तुम्ही धन्यवादच द्याल.*

९. *सगळ्या तक्रारींपासून मुक्त झाल्यानंतर डोळे उघडा.*

हे ध्यान डोळे बंद करूनही करता येतं. तुम्ही हे ध्यान पेन-डायरी आधारे लिखित रूपातही करू शकता. आजपर्यंत तुम्ही जितके अर्थ काढलेत, जितक्या तक्रारी केल्यात, त्या सर्व लिहून काढा. त्यांचा शोध घेऊन त्यांना समाप्त करा. हा शोध देखील डायरीमध्ये लिहा.

भाग ६२

आंतरिक मौनाची अवस्था : बाह्य कोलाहलापासून मुक्ती आणि आंतरिक

मौनावस्था प्राप्त करण्यासाठी, प्रत्यक्षात कोलाहल हा बाहेर आहे, की तुमच्या आत सुरू असणाऱ्या विचारांमध्ये, हे सर्वप्रथम जाणण्याची आवश्यकता आहे. याच समजेसह सावकाशपणे शांती ध्यानात जाण्याचा प्रयत्न करा.

१. *ध्यानामध्ये बसण्यासाठी ठरावीक कालावधीचा गजर लावा. त्यानंतर निवडलेल्या आसनात आणि मुद्रेत, डोळे मिटून बसा.*

२. *ध्यानाची सुरुवात करण्यापूर्वी पूर्वतयारी करा.*

३. *ध्यानादरम्यान डोळे बंद असल्यामुळे आंतरिक रिक्तता जाणवण्यासाठी मदत होते.*

४. *ध्यानादरम्यान मनाला सूचना द्या, 'आता मी रिक्त होण्यासाठी बसलो/बसले आहे.'*

५. *यानंतर स्वतःला सांगा, 'मला उच्चतम जीवन जगण्याची इच्छा आहे. त्यासाठी मी शांती ध्यान करणार आहे.'*

'तुमची उपस्थिती खूप काही करू शकते' या समजेसह शांती ध्यान करा. तुम्ही योग्य प्रकारे शांती ध्यान करू शकलात, तर तुमची (वास्तवात तुम्ही जो आहात त्याची) उपस्थिती जगामध्ये शांती आणू शकते. कोणतीही व्यक्ती (अहंकार) हे कार्य, शांती आणू शकत नाही. कारण व्यक्ती म्हणजे कलकल, कोलाहल आहे.

६. *ध्यानामध्ये पुढे हे जाणत राहा. 'माझ्यात विचारांचा अखंड कोलाहल चालूच आहे. तो जेव्हा थांबतो, तेव्हा शांतीला प्रकटण्याची संधी मिळते.' शांती इतरत्र कुठेही नसून ती सदैव आपल्या आतच आहे. विचारांचा कोलाहल बंद झाल्यानंतरच 'पीस' त्याचं कार्य करू शकतो, त्याला कार्य करण्याची संधी मिळते. ध्यानामध्ये आताही तुमची उपस्थिती योग्यच असायला हवी. ज्यामुळे तुमच्या अंतरंगात शांतता प्रकटेल. शांती कसं कार्य करणार, याची काळजी न करता केवळ उपस्थित राहा.*

जसं, एक मुलगा आपल्या खोलीत खेळतोय. त्याच्या सगळ्या वस्तू

इकडेतिकडे विखुरल्यात. कपडे, खेळणी, शाळेचं दप्तर, पुस्तकं, रंग, ब्रश, पेन अशा कितीतरी वस्तू... मुलगा थकून झोपी जातो, तेव्हा आई त्या सगळ्या गोष्टी जागच्या जागी ठेवून देते. या कामात मुलाने आईला कोणती मदत केली? तर, शांतपणे झोपण्याची! तुम्हाला देखील तेच करायचं आहे. शांत राहून शांती प्रकट होण्यासाठी मदत करायची आहे.

७. ध्यानात पुढे पाहा. 'माझ्या आयुष्यात कोणत्या समस्या सुरू आहेत?' आपल्या समस्या आठवा. मानसिक, शारीरिक, सामाजिक, आर्थिक आणि आध्यात्मिक स्तरांवर तुमच्या आयुष्यातील समस्या आठवा.

८. पुढे ध्यानात स्वतःला सांगा, आता या समस्यांना सोडवण्याची उच्चतम पद्धत मला माहिती आहे. आता मी गप्प राहीन. मी शांत राहिल्याने खूप कामं होतात. त्यामुळे मी शांतीला शांतीवर काम करण्याची संधी देईन. यामुळे माझ्या आयुष्यात शांती येईल.'

९. ध्यानामध्ये पुढे स्वतःला विचारा, 'जर माझ्या जीवनाच्या प्रत्येक पैलूवर उच्चतम पद्धतीने कार्य होत आहे, तर मी काही क्षण गप्प बसू शकतो का?' उत्तरासाठी वाट पाहा.

१०. या ध्यानामध्ये समजेसह अंतरंगात जा. विचारांमागे जी शांती, मौन आहे तिला म्हणा, 'गुडमॉर्निंग!' आणि मग शांत राहा. आपण ओळखीच्यांनाच 'गुडमॉर्निंग' म्हणतो. त्यामुळे आपल्या आतमध्ये असणाऱ्या शांतीला ओळखा आणि तिला 'गुडमॉर्निंग' म्हणून जागृत करा, जागं करा. त्यामुळे ती तुमच्या जीवनात उच्चतम कार्य करू शकेल.

११. 'गुड मॉर्निंग पीस'म्हणताच तुमचे विचार बंद होतील आणि पीस (शांतीयुक्त जीवन) प्रकटेल. मात्र तुम्ही उपस्थित राहा. विचार पुन्हा आले तर परत म्हणा 'गुड मॉर्निंग पीस.' विचारांमागे जो पीस आहे, त्याला आमंत्रित करा, 'हॅलो! गुड मॉर्निंग!' आणि गप्प राहा. याव्यतिरिक्त संभाषणाची आवश्यकता नाही.

समजा, तुम्ही जगातील सर्वांत मोठ्या डॉक्टरकडे गेला, तर त्याला 'गुड मॉर्निंग!' म्हणून तुम्ही शांत बसून राहाल. डॉक्टर स्वतः तपासतील आणि तुमच्या आजाराचं निदान करतील. त्याचप्रमाणे आपण शांतीला आमंत्रित करून शांत राहायचं आहे.

१२. *यानंतर ध्यानाच्या या पायरीवर स्वतःमध्ये जाणवणारं बेशर्त मौन, बेशर्त आनंद डोळे उघडून चारही बाजूंनी पाहा. प्रत्येक दृश्य पाहताना, ते तुम्ही पाहात नसून, मौनच बघतंय हे जाणा.*

१३. *डोळे उघडून शांतीसह या विश्वाकडे पाहा. अहंकार, सवयीमुळे पुन्हा गडबड गोंगाट करायला बघेल. तेव्हा पुन्हा एकदा डोळे बंद करून, 'माझी शांती, पीस कायम आहे का?' हे पाहा. विचारांचा गोंगाट सुरू असेल तर म्हणा, 'गुड मॉर्निंग पीस'. मग तुम्ही बेशर्त आनंद अनुभवत असल्याचं जाणवेल. आपल्या पीसचं स्मरण करता-करता म्हणा, हा पीसच आता बाहेरही पाहील, अहंकार नाही पाहणार. आता माझ्यातील शांतीच बाहेर पाहील.' या भावनेसह डोळे उघडा.*

भाग ६३

पिरॅमिड ध्यानातील महत्त्वपूर्ण पावलं : पिरॅमिड ध्यानात तीन पावलं अत्यंत महत्त्वाची आहेत.

पहिलं पाऊल – संकल्प : तुम्हाला जो उद्देश साध्य करायचा आहे किंवा जे कार्य पूर्ण करायचंय, त्यासाठी दृढ संकल्प करा. ठरवलेलं उद्दिष्ट किंवा ध्येय पूर्ण झालंय असे ठाम, निश्चयी भाव मनात ठेवा. मनातल्या मनात, 'मी जो आहे, तोच बनून पुढील सर्व आयुष्य व्यतीत व्हावं.' हे वारंवार उच्चारत राहा. या शब्दांद्वारे तुमच्या संकल्पाला मानसिक शक्तीची जोड द्या. आता अनुभवा, की पिरॅमिड ध्यानाच्या साहाय्याने तुम्ही केलेला संकल्प आणि ध्येय तुमच्या अनुभवाच्या अथांगतेमध्ये प्रवेश करत आहे. ध्यानाच्या माध्यमातून तुमचा उद्देश प्रकाशात येतो. संकल्पाच्या शेवटी म्हणा, 'माझा उद्देश ईश्वरीय मार्गाने आणि योग्य वेळी पूर्ण होवो.'

दुसरं पाऊल – प्रार्थना : तुमचा संकल्प, कार्य किंवा लक्ष्य पूर्ण होण्यासाठी ईश्वराला प्रार्थना करा. प्रार्थना करताना आत जाणाऱ्या प्रत्येक श्वासाबरोबर, 'मी ईश्वराला

आत घेतोय. माझ्यात ईश्वराचं पावित्र्य आणि अपरिमित ऊर्जा आहे' असं स्वतःला सांगा. प्रार्थनेला बल देण्यासाठी श्वासाची मदत घ्या आणि अंतःकरणपूर्वक प्रार्थना करा. ध्यानाद्वारे प्रार्थनेची शक्ती वाढवा. अज्ञानात मनुष्याच्या तोंडून फक्त शब्द बाहेर पडतात. परंतु पिरॅमिड ध्यानात तुम्ही सखोलपणे प्रार्थना आत घेत आहात. प्रार्थनेची अथांगता, खोली गाठण्यासाठी हे ध्यान जणूकाही सुवर्णसंधीच आहे. प्रार्थनेनंतर आयुष्यात जे हवंय, त्यासाठी प्रयत्न करायला तुम्ही सिद्ध होता.

तिसरं पाऊल – धन्यवाद : श्वास सोडताना संकल्पपूर्तीसाठी ईश्वराला धन्यवाद द्या. तिसऱ्या पावलाच्या माध्यमातून, प्रत्यक्षात तुमचा उद्देश पूर्ण होण्याआधीच ईश्वराप्रती आपली कृतज्ञता व्यक्त करा. 'ज्या गोष्टीसाठी तुम्ही आभार प्रकट करता, ती तुमच्या आयुष्यात वाढू लागते,' हा निसर्गनियम आहे. त्यामुळे संकल्प पूर्ण होण्यासाठी धन्यवाद दिले, तर तुम्ही सहजपणे तुमचं उद्दिष्ट गाठू शकाल.

जागृतीसह प्रार्थना आणि धन्यवाद देण्याची कला शिकण्यासाठी हा ध्यानविधी आता सविस्तर जाणून घ्या.

भाग ६४

प्रार्थना आणि ध्यानाचा संबंध : प्रार्थना आणि ध्यानाचा परस्परांशी गहन असा संबंध आहे. ध्यानाच्या अथांगतेत उतरण्यासाठी प्रार्थना साहाय्यक भूमिका निभावते. कशी? हे माहिती करून घेण्यासाठी पिरॅमिड ध्यान करा.

प्रार्थना (Prayer) आणि ध्यान (Meditation) या दोहोंचा लाभ मिळावा म्हणून पिरॅमिड ध्यानाची निर्मिती केलीय. प्रेअर (प्रार्थना) आणि मेडिटेशन (ध्यान) यांच्या आरंभीची तीन अक्षरं जोडल्यास 'पिरॅमिड' शब्द बनतो. (PRA+MED) 'पिरॅमिड' शब्दाचा उपयोग समाधानी जीवनाच्या तीन महत्त्वपूर्ण पैलूंकडे संकेत करतो. हे पैलू आहेत; संकल्प, प्रार्थना आणि धन्यवाद. या ध्यानादरम्यान तुम्ही एखादं लक्ष्य ठरवून, त्याच्या प्राप्तीसाठी किंवा पूर्णतेसाठी संकल्प करायचा आहे. या संकल्पानंतर तुम्ही जेव्हा श्वास आत घेता, तेव्हा, 'मी ईश्वराला आतमध्ये घेतोय' अशी प्रार्थना करा. यानंतर श्वास सोडताना, तुम्ही जे प्राप्त करण्याचा संकल्प घेतला होता, तो पूर्ण झालाय किंवा तुम्हाला ते मिळालंय, यासाठी धन्यवाद द्या. या ध्यानामध्ये तीन प्रमुख पावलं सांगितली आहेत. त्यासंबंधी मागील भागात सविस्तरपणे सांगितलं आहे.

भाग ६५

पिरॅमिड ध्यानविधी : हा ध्यानविधी पुढीलप्रमाणे आहे.

१. ध्यानामध्ये बसण्यासाठी ठरावीक कालावधीचा गजर लावा. त्यानंतर निवडलेल्या आसनात आणि मुद्रेत, डोळे मिटून बसा.

२. 'मी पिरॅमिड ध्यान करतोय' असं स्वतःला सांगा.

३. या ध्यानामध्ये आत जाणाऱ्या श्वासाबरोबर जागृतीची तर बाहेर येणाऱ्या श्वासाबरोबर धन्यवादाची भावना बाळगा.

ध्यानादरम्यान श्वास घेताना अशी भावना ठेवा, आत जाणारा प्रत्येक श्वास माझी चेतना वाढवतोय. तसंच माझं वास्तविक अस्तित्व म्हणजे अनुभव, मौन जागृत करतोय. श्वासाबरोबर हे कार्य होत असेल, तर बाहेर येणाऱ्या प्रत्येक श्वासाबरोबर मनातल्या मनात धन्यवाद द्या.

श्वास आत जाताना काहीही न बोलता, फक्त, 'तुमची भावना वृद्धिंगत होतेय' ही जागृती ठेवा.

४. ध्यानादरम्यान ही समज ठेवा, 'मी आहे. मी शरीराबरोबर राहून स्वतःचा अनुभव घेऊ इच्छितो. माझं वास्तविक अस्तित्व म्हणजे अनुभव आहे, शरीर नव्हे. ही जागृती श्वासागणिक वाढतेय. आत जाणारा प्रत्येक श्वास माझा दरवाजा ठोठावतोय, माझ्यात जागृती आणतोय म्हणून बाहेर येणाऱ्या श्वासासह आतल्या आत धन्यवाद द्यायचे आहेत.'

५. ध्यानादरम्यान श्वासाची लय, गती न बदलता, ती आहे त्याच स्वाभाविक गतीमध्ये सुरू ठेवा.

तुमचा श्वास कधी दीर्घ असेल तर कधी लघु. काही क्षणातच श्वास आत-बाहेर जाईल. तर कधी काही क्षणांसाठी थांबलेला असेल. प्रत्येक श्वासाबरोबर जागृतीची प्रार्थना अंतर्यामी, खोलवर जात आहे. 'मी जागृत होऊ इच्छितो' ही शुभेच्छा पिरॅमिड ध्यानामध्ये प्रार्थना बनते.

६. काही श्वासांबरोबर तुम्ही धन्यवाद द्यायला विसरला, तर पुन्हा ती क्रिया सुरू करा. मध्येच विसरलात, म्हणून स्वतःवर रागवू नका किंवा अपराधबोध बाळगू नका. पुन्हा एकदा, प्रत्येक श्वासाबरोबर जागृती, सजगता, शुद्धता आणि ईश्वराला आत घ्या, जो आत आहेच, त्याला जागृत करण्यासाठी श्वासाला निमित्त बनवा.

७. जागृत झाल्यानंतर, प्रत्येक निर्णय हा त्याच जागृतीमधून होतोय, हे अनुभवा आणि त्याचा आनंद घ्या. कोणतीही समस्या सोडवतानाही, तुमचे भाव असेच असतील, की ही समस्या माझ्याबरोबर नाही. आता माझी जागृती ती समस्या सोडवेल. परंतु ती माझी समस्या नाही. मी सदैव माझ्या केंद्रस्थानीच आहे आणि त्यासाठी धन्यवाद. या सर्वोत्कृष्ट जीवनासाठी आणि जागृतीसाठी धन्यवाद.

ध्यानादरम्यान अनुभवा, की ज्याला जागण्याची इच्छा आहे, जो जागा झालाय, जो धन्यवाद देतोय आणि जिथे धन्यवाद पोहोचतोय, हे सर्व एकच आहे.

८. ध्यानादरम्यान श्वास सहज सुरू राहावा. सहजपणे धन्यवाद निघावेत. या क्षणाला तुम्ही कोणत्याही तणावाखाली नाही. तणाव असेल तर स्वतःला तेजस्थानावर, आपल्या जिवंत असण्याच्या जाणिवेवर, हृदयावर घेऊन जा. तणाव आला याचाच अर्थ तुम्ही हेडमध्ये आहात, बुद्धीने विचार करताय, नाकाच्या वर गेलात. या अवस्थेत, पुन्हा हृदयावर येऊन संतुलन प्राप्त करा आणि परत एकदा श्वासावर लक्ष केंद्रित करा. आत जाणाऱ्या प्रत्येक श्वासाबरोबर जागृती आतमध्ये जाऊन, तुम्हाला सजग बनवतेय, हीच भावना ठेवा. बाहेर येणाऱ्या श्वासाबरोबर सावकाशपणे धन्यवाद द्या.

९. ध्यानादरम्यान विचार आले, तर आपलं ध्यान त्यातून सहजतेने बाजूला करून पुन्हा एकदा पिरॅमिडवर या.

१०. या दरम्यान दीर्घ श्वास आल्यास, चेतना सखोलरीत्या आत जातेय ही भावना ठेवा. ध्यानामध्ये जाणीवपूर्वक श्वासाची कसरत करू नका. सहज, स्वाभाविक श्वास चालू द्या. ध्यानामध्ये प्राणायामाची

आवश्यकता नाही. केवळ प्रेअर आणि ध्यान करा. 'मला खरोखरच जागृत व्हायचंय आणि म्हणून माझ्या प्रार्थनेला शक्ती प्राप्त होतेय' हा विचार ठेवा.

आपण सजगतेने जीवन जगायला सुरुवात केली, तर नवीन विचार यायला सुरुवात होईल. क्षणापूर्वी तुम्हाला अहंकाराचे विचार येत होते आणि पुढच्याच क्षणाला स्वतःच्या अस्तित्वाचे विचार येतात, तुम्ही जो आहात, तो बनून जगण्याचे विचार येतात तर तुमचा भविष्यकाळ कसा असेल? तुमचं पुढचं आयुष्य कसं असेल? तुम्ही जे आहात, ते बनल्यानंतर तुमच्या कृती कशा असतील? तुम्ही अभिव्यक्ती कशी कराल? स्वतःचं अस्तित्व जाणल्यानंतर हे विचार तुमच्यात आपसूकच सुरू होतील.

११. ध्यानाअगोदर तुमच्यात अहंकाराचे तर ध्यानानंतर भक्ती, अभिव्यक्ती, सेल्फचे विचार निर्माण होतील. तुम्ही जे आहात, ते बनून जगण्याचे विचार येतील.

या गोष्टींची कल्पना करूनच इतका आनंद मिळतोय, तर हे सर्व प्रत्यक्षात जगून किती आनंद मिळेल! यासाठी, 'मला खरोखरच जागृत व्हायचंय' ही जागृतीची प्रार्थना महत्त्वपूर्ण आहे. संपूर्ण आयुष्यात मनुष्याने कधीतरी जागृत व्हावं, म्हणून मानवदेहाची निर्मिती झालीय. तुम्हाला मनुष्य जीवन तर मिळालंय, आता केवळ जागृतीचीच कमी आहे. अहंकाराच्या कोमातून बाहेर पडणंच बाकी आहे.

१२. निसर्ग तुम्हाला हलवतोय, तुमच्याकडून श्रवण करून घेतोय आणि कृपेची जाणीवही होतीय, हे ध्यानामध्ये अनुभवा. ध्यानाच्या प्रवासात प्रत्येक श्वासाबरोबर जागृती वाढत आहे. प्रत्येक धन्यवादाबरोबर नव्या संभावना उलगडत आहेत.

१३. पिरॅमिड ध्यान सुरूच ठेवावं कारण श्वास चालू आहे. ज्या कालावधीचा गजर सेट केला आहे, तितका वेळ अवश्य ध्यान करा. तुम्ही जितका वेळ ही प्रार्थना कराल, तो सर्व वेळ कारणीच लागेल. आयुष्यात

जेव्हा जागृती गरजेची वाटते, तेव्हा प्रार्थना अवश्य करा, पिरॅमिड ध्यान जरूर करा.

१४. वास्तवात तुम्हाला दररोज स्वतःला जागृत करायचंय. मायेची धूळ रोजच्या रोज तुम्हाला निद्रिस्त करते. परंतु आता तुम्ही कोणताही बहाणा शिल्लक ठेवू नका. ज्या ज्या वेळी सजगता लुप्त झाल्याचं जाणवेल, तेव्हा ताबडतोब पिरॅमिड ध्यान करा.

१५. ध्यान समाप्त करण्यापूर्वी, स्वतःला सांगा, 'डोळे उघडल्यानंतरही मला हे ध्यान सुरू ठेवायचंय. प्रत्येक श्वासागणिक माझी जागृती आत जाईल आणि बाहेर येणाऱ्या श्वासाबरोबर धन्यवाद दिले जातील.' ही भावना ठेवून गजर वाजल्यानंतर डोळे उघडा.

पिरॅमिड ध्यान म्हणजे संकल्प, प्रार्थना, धन्यवाद आणि ध्यान या सर्वांचा अत्यंत सुंदर मिलाफ आहे. या ध्यानाचे विविध लाभ आहेत. त्यांपैकी प्रमुख तीन लाभ पुढीलप्रमाणे :

१) मस्तकापासून हृदयापर्यंतची यात्रा : आयुष्यातील किती संकल्प तुम्ही सखोलतेमधून, हृदयातून अनुभवले आहेत? अनेकदा मनुष्याचे संकल्प हे बुद्धीतच, डोक्यातच राहतात. ते हृदयाच्या गहनतेपर्यंत जातच नाहीत. पिरॅमिड ध्यानाच्या माध्यमातून संकल्प केल्यानंतर, प्रार्थना केल्याने तुम्ही स्वतःच हृदयाकडे जाऊ लागता आणि संकल्प सखोलतेने अनुभवता. प्रार्थना तुम्हाला संकल्पाची गहनता अनुभवण्यासाठी आणि हृदयापर्यंत जाण्यासाठी मदत करते.

२) कार्य पूर्ण होण्याआधीच धन्यवादाची भावना : सामान्यतः कामं पूर्ण झाल्यानंतरच ईश्वराला धन्यवाद देण्याची मनुष्याची प्रवृत्ती असते. पिरॅमिड ध्यान तुम्हाला कार्य पूर्ण होण्याआधीच ईश्वराला धन्यवाद द्यायला शिकवतं. सुरुवातीलाच धन्यवाद दिल्यामुळे संबंधित कार्य तीव्र गतीने तुमच्याकडे आकर्षित होतं आणि तुमचे संकल्प लवकरात लवकर पूर्ण होऊ लागतात.

३) प्रार्थना आणि संकल्पात श्वासाचा प्रभावी वापर : पिरॅमिड ध्यानात श्वासाच्या प्रभावी उपयोगातून तुम्ही ईश्वराचं स्मरण सातत्याने ठेवू शकता. तुमचा श्वास नेहमीच तुमच्यासोबत असतो. श्वास घेण्यापूर्वी संकल्प, श्वास घेताना प्रार्थना आणि

श्वास सोडताना धन्यवाद दिल्याने पिरॅमिड ध्यान खूपच सहज बनतं.

पिरॅमिड ध्यान केवळ एकदाच न करता संकल्प पूर्ण होईपर्यंत आणि नंतरही नव्या संकल्पांबरोबर करत राहा.

इथपर्यंत आपण ध्यानासंबंधी महत्त्वपूर्ण बाबी समजून घेतल्या. आता, पुढील खंडामध्ये ध्यानाचे उच्चतम लक्ष्य जाणून घेऊ या.

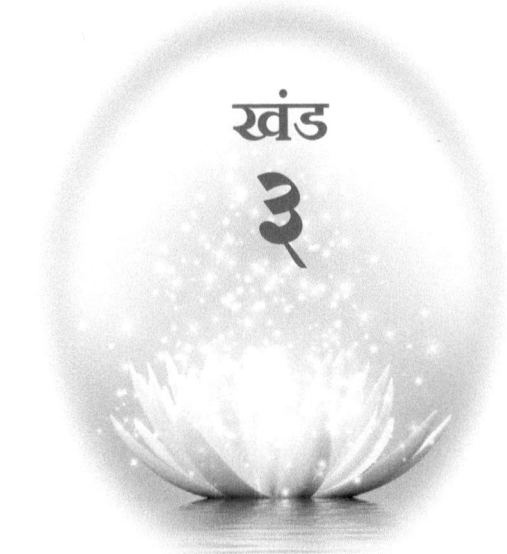

खंड ३

ध्यानाची सर्वोच्च अवस्था आणि सहा सर्वोच्च लाभ

भाग ६६

ध्यानामध्ये पुढची वाटचाल कशी करावी

मागील खंडात आपण ध्यानाचे सहा लाभ माहिती करून घेतले. आता ध्यानामध्ये पुढे पाऊल टाकण्यासाठी ध्यानाचे आणखी सहा तेजलाभ जाणून घेऊ या. तेजलाभ म्हणजे जो लाभ आणि हानी यांच्या पलीकडे असतो.

ध्यानाचा पहिला तेजलाभ : ध्यानामुळे तुम्हाला अनासक्त उत्साहशक्ती मिळते. अनासक्ती शब्दामध्ये उदासीनता आणि उत्साह, हे दोन्हीही शब्द जोडले जातात. प्रत्यक्षात, सत्य हे शब्दांच्या परिघात मांडता येत नाही, तेव्हा अशा शब्दांची निर्मिती होते. आणखी एक असाच शब्द आहे, 'ज्ञानानुभव'. म्हणजे ज्ञान आणि अनुभव यांचा मिलाफ. ज्ञानाचं महत्त्व जास्त की अनुभवाचं, यावरून जगामध्ये वादविवाद सुरू असतात. परंतु 'ज्ञानानुभव' शब्दामध्ये या दोन्ही गोष्टी एकत्रच गुंफल्या आहेत. हे दोनही शब्द वेगवेगळे नसून ते एकाच नाण्याच्या दोन बाजू आहेत. म्हणूनच त्यांना एकत्रित आणलंय.

अगदी असाच एक नवीन शब्द बनवण्यात आला, अनासक्त उत्साहशक्ती. ज्याचा अर्थ आहे, फळाविषयी उदासीन राहणं. तुम्ही केलेल्या कार्याचं फळं कसं आलं किंवा येणार आहे, यासंबंधी तुम्ही उदासीन, अपेक्षारहित आहात. परंतु कर्म करण्याबाबत

तुम्ही उत्साही आहात. कर्मासंबंधी तुम्हाला उत्साह असेल, तर तुमची वाटचाल योग्य दिशेने आहे. फळासंबंधी उदासीन असणं म्हणजे कर्माचं फळ मिळालं किंवा नाही, तरीही त्यामध्ये न अडकणं. अशा तऱ्हेने केलेल्या कर्मालाच तेजकर्म म्हणता येईल. प्रत्यक्षात बहुसंख्य लोक फळप्राप्तीतच गुरफटतात. कर्मफळ येत नाही, तोपर्यंत ते अतिशय चांगल्याप्रकारे सेवा करतात. परंतु जेव्हा फळ मिळायला लागतं तेव्हा, 'मला देखील याचं श्रेय मिळायला हवं' अशी इच्छा त्यांच्यात जागृत होते. म्हणून कर्म करण्यात उत्साह तर फळाविषयी उदासीनता हवी. ध्यानामुळे ही शक्ती तुमच्यात येऊ लागते. हाच ध्यानाचा पहिला तेजलाभ आहे.

आता या गोष्टीवर मनन-मंथन करा, की तुम्ही जेव्हा अनासक्त उत्साहशक्तीबरोबर प्रत्येक कर्म कराल, तेव्हा तुमचं जीवन कसं असेल? म्हणजे तुम्ही सकाळी कसे उठाल, संपूर्ण दिवसाची कामं कशी कराल?... उदाहरणार्थ, तुम्ही असा विचार करणार नाही, की 'मी त्याला कितीतरी चांगल्या गोष्टी सांगितल्या. परंतु त्याबद्दल त्याने साधं 'थँक्यू'सुद्धा म्हटलं नाही.... मी त्याच्यासाठी काय काय केलं, पण त्याने माझे आभारही मानले नाहीत...' इत्यादी. अशा प्रकारे अनासक्त उत्साहशक्ती तुम्हाला कर्मफळाबाबत उदासीन बनवेल. 'आता या गोष्टींमुळे कोणताही फरक पडत नाही' याची तुम्हाला खात्री पटेल. त्याच वेळी निसर्गावरही विश्वास ठेवा. कारण तुमचं जे काही आहे, ते तर तुमच्याकडे येणारच आहे, त्याला कोणीही अडवू शकत नाही. त्यासाठी तुम्हाला फक्त सहजता आणि स्वीकारभावासहित उपस्थित राहायचं आहे.

दुसरा तेजलाभ : ध्यानाद्वारे तुम्ही स्वतःच्या शरीरावर निर्माण होणाऱ्या भावना बघायला शिकता. वाईट भाव जागृत झाल्यास लोक टीव्ही पाहतात, भरमसाट खातात किंवा अशाच प्रकारच्या अन्य गोष्टी करण्याकडे त्यांचा कल असतो. जास्त खाण्याने वाईट भावना काही काळासाठी कमी होते. परंतु त्याचा दुष्परिणाम म्हणजे बेसुमार खाणाऱ्यांचं वजनही तसंच वाढतं. लोकांची खरी समस्या वजनवाढीची नसून भावनांची असते. याचा अर्थ, केवळ स्थूल व्यक्तीच वाईट भावनांनी ग्रासलेल्या असतात असं नाही. तर किडकिडीत माणसांनाही ही समस्या सतावतेच. वाईट भावना निर्माण होतात, तेव्हा काही माणसं प्रचंड खातात. तर काही कुढत बसतात. काही तर शॉपिंगला जातात. प्रत्यक्षात लोकांना अशा प्रकारच्या समस्या सोडवण्याच्या दोनच पद्धती माहिती आहेत. एकतर आपल्या भावना दाबून ठेवणे किंवा दुसरी गोष्ट म्हणजे, समोरच्यावर सगळा राग व्यक्त करणं, त्याच्यावर आरडाओरडा करणं.

आरडाओरडा केल्यानंतर माणसाला चांगलं वाटतं. कारण त्या वेळी तो आपल्या अहंकाराची सेवा करत असतो. परंतु तुम्हाला या दोन्ही पद्धतींपासून सावध राहायचंय. भावना गिळूनही टाकायच्या नाहीत किंवा भडाभडा व्यक्तही करायच्या नाहीत. तुम्ही केवळ त्यांना बघायचंय आणि ते देखील, 'भावना तुमच्याबरोबर नाहीत' अशा पद्धतीनं. पाहण्याची ही पद्धत अत्यंत महत्त्वपूर्ण आहे. वाईट भावना निर्माण होताना, 'या भावना माझ्या नसून मी उपयोग करत असलेल्या माझ्या मनोशरीर यंत्राच्या आहेत' हे तुम्हाला आठवायला हवं.

उदाहरणार्थ, तुम्ही कात्रीने एखादं जाड कापड कापत आहात आणि त्या कात्रीमध्ये भावना जागृत झाली, 'हे कापड किती जाड आहे... लोक इतकी जाड कापडं बनवतातच का... ती कापताना मला किती त्रास होतो' तर आता तुम्हाला हे स्पष्ट माहीत झालंय, 'ही भावना माझी नसून कात्रीची आहे.' अगदी अशाचप्रकारे शरीरातून निर्माण होणाऱ्या भावनाही तुम्ही अलिप्त, वेगळे होऊन पाहा. स्वतःला सांगा, 'या भावना माझ्यात नसून त्या कात्रीत (मनोशरीर यंत्रात) आहेत. मी (चैतन्य) या शरीराला जाणणारा आहे.' याचाच अर्थ, तुम्ही स्वतःच्या शरीरापासून अलिप्त झाला. तरी देखील तुम्ही शरीराला कोणत्याही आसक्तीशिवाय साक्षी भावाने पाहाल. साक्षीभावाने म्हणजे मुक्त अवस्थेत! या अवस्थेत मनुष्य मुळीच बद्ध नसतो. बद्ध मनुष्य मात्र वस्तूंबाबत, 'त्या माझ्या आहेत,' असं समजून नेहमीच काळजीत असतो.

तुम्हाला तुमच्या भावना देखील बेबंध साक्षी बनूनच पाहायच्या आहेत. त्याचबरोबर, ही भावना शरीराच्या आतमध्येच आहे, हेही लक्षात ठेवायचंय. शिवाय निर्माण होणारी भावना ही अस्थायी असून ती कायमस्वरूपी टिकणारी नाही हे लक्षात ठेवून निश्चिंतही राहायचंय. त्यामुळे ती भावना थोड्याच वेळात बदलल्याचं तुम्ही अनुभवाल. अगदी तसंच, जसे ऋतूही नेहमीच एकसारखे नसतात, तर कालचक्रानुसार ते बदलत राहतात. भावनाही दिवसभर कशा बदलतात, हे तुमच्या देखील लक्षात आलंच असेल. म्हणूनच भावनांकडे मात्र साक्षी बनून पाहा.

निरंतरतेने आपल्या भावनांचं अवलोकन करत राहिल्यास, दीर्घ काळापासून तुमच्या आत भक्कमरीत्या साठून राहिलेला भावनांचा सगळा स्टॉक संपत जाईल. याचं सगळ्यात मोठं कारण म्हणजे, तुमचं लहानपणी झालेलं संगोपन किंवा तुमचे जीन्स. तुमचा मूड जेव्हा बदलतो किंवा जुन्या गोष्टी आठवतात, तेव्हा या दुःखद, त्रासदायक भावनांना बाहेर पडण्याची संधी मिळते. यासाठी ध्यान महत्त्वपूर्ण आहे. ध्यानामध्ये तुम्ही स्वतःच्या भावना पाहू शकाल. दुःखापासून सुटका होण्यासाठी ही कला शिकणे हाच यावरचा एकमेव उपाय आहे.

तुम्ही स्वतःच्या मूळ अवस्थेतून भावनांकडे पाहिले, तर त्या बदलतात. कारण मूळ अवस्थेत गेल्यामुळे 'मी शरीर नाही,' मी शरीराचा उपयोग करतोय, हे समजतं. तुम्ही शरीर नाहीत. म्हणून भावनांमुळे होणारा त्रासही शिल्लक राहात नाही.

भाग ६७

तिसरा तेजलाभ : ध्यानाद्वारे तुम्ही वर्तमानात राहण्याची कला शिकता. कारण मनाला भूत-भविष्यात राहायला आवडतं. पण तुम्हाला अकल म्हणजेच वर्तमानात राहायला शिकायचं आहे. ज्याप्रमाणे सुपरमॅन डोळ्याची पापणी लवताच पृथ्वीची चक्कर मारून येतो, अगदी त्याचप्रमाणे तुम्हालाही स्वतःच्या भूतकाळात जाऊन एखादी अमूल्य शिकवण घेण्यासाठी सुपरमॅन बनायचंय. त्यासाठी कुठेही न थांबता, न अडखळता वेगाने भूतकाळात जाऊन परत यायचंय.

तुम्हाला जर भविष्यात जायचं असेल, तर स्पायडरमॅन बनून जा. स्पायडरमॅन प्रमाणे भविष्यात कुठपर्यंत जायचंय, हे निश्चित करा. तुम्हाला कोणत्या प्रकारचं जीवन अपेक्षित आहे, हे माहिती असायला हवं. असं आयुष्य, जिथे सगळी कार्यं प्रेम, आनंद आणि मौनासह होत आहेत. छलकपटाने नाहीत. अशाच प्रकारे तुम्हाला तुमचा संघ कसा असावा आणि त्यामध्ये कोणत्या प्रकारची माणसं असावीत, हेही निश्चित करायला हवं. अशी उच्चतम अवस्थाच तुमच्या भविष्यात असेल असे पाहा. ती प्राप्त करण्यासाठी सर्व काही करा आणि पुन्हा एकदा वर्तमानात परता. वर्तमानात प्रचंड शक्ती आहे, कारण इथे मनाची भूमिका समाप्त होते. केवळ भूत-भविष्यात जाण्याच्या दरम्यानच मनाची भूमिका असते. वर्तमानात जे आहे, ते तुम्ही पाहात असता. तुमचा श्वास सुरू आहे... तुमचे हात काही कार्यं करत आहेत... तुमचे डोळे काही दृश्यं पाहात आहेत... हे सर्व तुम्ही जाणत असता आणि स्वानुभव देखील सुरू असतो. वर्तमानात येताच तुमचं तुलनात्मक मन नमन होतं आणि अमनच शिल्लक राहतं.

चौथा तेजलाभ : ध्यानामुळे जागृती, चेतना आणि सजगता वाढते. मनुष्य मनन करत नसल्याने बेहोशी येते. परंतु अनुभव जसाच्या तसाच राहतो. ध्यानानंतर लोक नेहमी म्हणतात, 'आज आम्हाला प्रखरतेने अनुभव जाणवला किंवा आज अनुभव कमी जाणवला.' परंतु समजून घ्या, की वास्तवात अनुभव बदलत नसून, बदल आपल्या चेतनेच्या स्तरामध्ये घडत असतो. एका उदाहरणातून हे सविस्तर जाणता येईल.

तुम्ही सकाळी टीव्ही सुरू केला. त्याच वेळी घराच्या खिडक्या, पडदेही उघडले तर काय होईल? टीव्हीचा स्क्रीन अंधुक दिसेल. याचा अर्थ, टीव्ही बिघडला का? नाही. हाच टीव्ही रात्री पाहिला, तर चित्रं स्पष्ट, स्वच्छ दिसतील. म्हणजे टीव्हीचा स्क्रीन आहे तसाच आहे. केवळ बाह्य गोष्टींचा परिणाम टीव्ही कसा दिसेल हे ठरवतो.

याचप्रमाणे अनुभवही जसाच्या तसाच राहतो. आपली चेतना कमी किंवा जास्त झाल्याने अनुभव जाणण्यातला फरक आपण अनुभवतो.

जे लोक मनन करतात, मंथन करतात, ध्यान करतात, त्यांच्या जागृतीचा स्तर कायम उच्चच राहतो. यासाठी मनन, मंथन आणि ध्यान करायला हवं. हा आहे ध्यानाचा चौथा लाभ.

भाग ६८

पाचवा तेजलाभ : ध्यानाद्वारे तुम्हाला संपूर्ण स्वास्थ्य प्राप्त होतं. संपूर्ण स्वास्थ्याचा अर्थ, शारीरिक, मानसिक, आर्थिक, सामाजिक आणि आध्यात्मिक स्वास्थ्य प्राप्त करणं असा आहे. अनुभवात तुम्ही जितके सखोल जाता, तितके मनामुळे होणारे आजारही समाप्त होऊ लागतात. तुम्ही चुंबक बनून सगळ्या सकारात्मक गोष्टी स्वतःकडे आकर्षिक करण्यात सक्षम होत जाता. ध्यान केल्याने शरीराला सहजपणे रिलॅक्स करण्याची कलाही तुम्ही अवगत करता. शवासन हे याचंच एक उदाहरण आहे. याचा आरोग्यावर जास्तीत जास्त सकारात्मक परिणाम होतो. हा आहे ध्यानाचा पाचवा लाभ.

सहावा तेजलाभ : ध्यानामुळे आपल्याला मौनानंद म्हणजे मौनाचा आनंद मिळतो. मौनाचा देखील आनंद असू शकतो, असं मनुष्याला सुरुवातीला वाटत नाही. 'मौनात कुठला आलाय आनंद? तिथे तर फक्त बोअरडम, कंटाळा असतो.' असा विचार तो करतो. परंतु बोअरडमला छेद देऊनच मौनानंद मिळतो.

ध्यानाला बसल्यानंतर पहिल्या पाच-सात मिनिटांपर्यंत तुम्ही आनंदाची अपेक्षाही ठेवू नका. या कारणामुळेच लोक ध्यानाची सुरुवातही करत नाहीत. ध्यान करताना त्यांच्यातला चेकर वारंवार येऊन, 'मला आनंद मिळतोय की नाही?' हे तपासत राहतो. वारंवार चेक करून हा चेकर सगळा आनंद समाप्त करतो. तुम्हाला हे चेकिंग अजिबात करायचं नसून ध्यानामध्ये शांतपणे बसायचं आहे. तुम्ही जेव्हा हळूहळू त्या गहिऱ्या अनुभवापर्यंत पोहोचाल, तेव्हा तुम्हाला समजेल, 'या मौनामध्ये मी तासन्तास बसू शकतो.' मौनानंद मिळाल्यामुळेच तुम्ही असं करू शकता. यानंतर तुम्ही जेव्हा मौनाच्या

दृष्टीने पाहू शकाल तेव्हा जाणवेल, की कोणतीही भावना किंवा विचार तुम्हाला स्पर्शही करू शकत नाहीये. सर्व काही मौनात विलीन होतंय, शरीराची जाणीवही समाप्त झालीय आणि तुम्ही कुल-मूल लक्ष्य (क.म.ल.) प्राप्त करत आहात. ध्यानाभ्यास निरंतरतेने करत राहिल्याने हे घडू शकतं. डोळे नेहमीच उघडे ठेवण्यासाठी थोडा वेळ ते बंद करण्याची कलाही तुम्हाला शिकायला हवी. या समजेसह तुम्ही ध्यानयोग जाणून घ्या.

भाग ६९

ध्यान लक्ष्य : मनुष्य जेव्हा ध्यान शिकायला प्रारंभ करतो, जेव्हा तो नवशिका असतो, त्यावेळी त्याला देण्यात येणाऱ्या सूचना या त्याच्या फायद्यासाठी असतात. त्या सूचनांमध्ये सांगितलं जातं, शरीर ताठ ठेवा. शरीर जर हललं नाही तर मनदेखील कमीत कमी हलतं. कारण नव्यानेच ध्यान करणारा मनुष्य आपलं मन पाहण्याची कला शिकत असतो. यामुळे त्याच्यासाठी ही सूचना महत्त्वाची असते. वास्तविक, तुम्ही उघड्या डोळ्यांनी, चालता-फिरताना, पाय हालवताना... अशा प्रत्येक अवस्थेत, प्रत्येक ठिकाणी ध्यानात राहावं; हाच ध्यानाचा हेतू आहे. हा हेतू साध्य करण्यासाठीच हे सर्व केलं जातं.

उदाहरणार्थ, एखाद्या मोकळ्या मैदानावर तुम्ही सायकल शिकायला सुरुवात करता. तेव्हा तुम्हाला हे माहिती असतं, की सायकल रोडवर चालवतात, मैदानावर नाही. हेच तुमचं लक्ष्य असतं. परंतु हे लक्ष्य प्राप्त करण्यासाठी, सायकल चालवण्याचा अनुभव कसा असतो, हे सर्वप्रथम माहिती असायला हवं. हीच गोष्ट ध्यानाच्या बाबतीतही लागू पडते. मनुष्याला समजायला हवं, 'मी कोण आहे' याबरोबरच इतरही अनेक प्रकारच्या गोष्टी असतात. त्यासाठी सांगितलं जातं, तुम्ही ध्यानात बसा, शारीरिक हालचाली करू नका. मनाला या प्रशिक्षणाची आवश्यकता आहे. कारण ते छोट्याछोट्या गोष्टींमुळे कंपित होतं. अकंप राहूच शकत नाही. अर्थात मनुष्याने छोट्या-छोट्या वेदना शांतपणे पाहाव्यात. त्याला जेव्हा हे जमतं, तेव्हा त्याच्या लक्षात येतं, की प्रतिक्रियांशिवायही गोष्टी सांभाळणं खरोखर शक्य आहे.

माणसाच्या आयुष्यात अनेकदा असं घडतं, समोरचा माणूस काही बोलताच, ऐकणारा त्यावर उत्तर द्यायला, प्रतिक्रिया करायला उतावीळ होतो. परंतु त्यावेळी जर त्याने उत्तर दिलं नाही तर उत्तर देण्याची खरोखरच आवश्यकता नव्हती हे त्याच्या नंतर लक्षात येतं. परंतु त्याला हा अनुभव समजणार कसा? या गोष्टीची दृढता प्राप्त होण्यासाठी ध्यानामध्ये प्रशिक्षण दिलं जातं.

भाग ७०

ध्यानामध्ये शारीरिक हालचाली : ध्यानामध्ये शरीराची हालचाल व्हावी किंवा नाही, असा एक सर्वसामान्य प्रश्न असतोच. तुम्हाला ध्यानामध्ये बसण्यासाठी शारीरिक अडचण असेल, डॉक्टरांनी काही गोष्टींची काळजी घ्यायला, सावधगिरी बाळगायला सांगितली असेल तर त्यांचं म्हणणं ऐका. अशावेळी, ध्यानामध्ये मी शारीरिक हालचाली करायच्या किंवा नाहीत, असा विचार करून कोणताही संकोच बाळगू नका. कारण या गोष्टी आपण ध्यानामध्ये उच्चतम प्रशिक्षण प्राप्त करण्यासाठी करत आहोत. शरीराला एखादी सिद्धी देण्यासाठी प्रशिक्षित केलं जात नाहीये. जे लोक सिद्धींच्या मार्गावर चालतात, त्यांना अडचणी येतात. अशीही माणसं आहेत, जे वर्षानुवर्षं उभेच राहतात, उभ्यानेच झोपतात. सतत उभंच राहिल्याने अशा माणसांच्या पायावर प्रचंड सूज असते. परंतु हा मार्ग सत्याचा नसून वेगळाच रस्ता आहे.

अशी माणसं शरीराला प्रशिक्षित बनवण्यासाठी स्वत:ला तापवत आहेत. आपल्या शरीरासोबत असं काही करावं ज्यामुळे त्यांचं नाव गिनीज बुक ऑफ वर्ल्ड रेकॉर्डमध्ये नोंदवलं जाईल, अशी त्यांची इच्छा असते. या सर्व पद्धती शरीरावर काम करणाऱ्यांच्या आहेत. इथे तुम्हाला ही समज ठेवायचीय, की डॉक्टरांनी जे सांगितलंय, ते ऐकायचंय आणि शरीरावर जास्त काळ ताण येऊ द्यायचा नाही. शरीराला सांभाळायचंय.

ध्यान करता-करता एक अशी वेळ येईल, जिथे तुम्हाला ध्यानामध्ये प्रत्यक्षात काय करायचं असतं, हे अनुभवाने समजेल. त्यानंतर, शरीराची हालचाल करू नका, अशा प्रकारची कोणतीही मर्यादा राहणार नाही. कारण शरीर आपोआपच कमी हालचाली करेल. सगळं काही आपोआपच, स्वतः घडू लागेल. कारण आता तुम्ही स्वानुभवावर पोहोचला आहात, तिथूनच तुम्ही पाहाल, अशावेळी आवश्यकता भासते तेव्हाच तुम्ही शारीरिक हालचाली कराल. त्यामुळे, 'मी चुकीचं तर करत नाहीये ना?' असा प्रश्नच उरत नाही. कारण तुम्ही अनुभवाच्याच संपर्कात असता. तिथून तुम्हाला स्पष्ट दिसत असतं, की 'हाच अनुभव मी डोळे उघडे ठेवूनही घेतो, हाच अनुभव चालतानाही घेतो.' यामुळे शारीरिक हालचाली होण्याचा अथवा न होण्याचा प्रश्नच शिल्लक राहत नाही. एखाद्याला पहिल्यांदाच ध्यानात बसल्यावर शारीरिक वेदना, अंगदुखी जाणवली तर तो पुन्हा ध्यान करायला धजावणार नाही. यावर योग्य उपाय म्हणजे, नव्यानेच ध्यान करणाऱ्यांनी शारीरिक हालचाली कराव्यात. तसंच थोडंथोडं, टप्प्याटप्प्याने शिकतही राहावं.

भाग ७१

ध्यानामध्ये दृढता : ध्यानात दृढता प्राप्त करण्यासाठी सगळ्यात मोठा अडथळा म्हणजे, मन. वास्तविक, ध्यानाच्या वेळी मन ट्रिगर होतं आणि अनुभव जाणण्याचा प्रयत्न करतं. कसं ते एका उदाहरणातून समजून घेता येईल.

समजा, तुम्ही चष्म्यातून पाहत आहात. तुम्हाला सगळं काही स्पष्ट दिसतंय. परंतु अचानक जर चष्मा म्हणू लागला, 'बघणारा कोण आहे हे मला पाहायचंय किंवा जो पाहतोय, त्याला काही आकार आहे किंवा नाही ते बघायचंय' तर? पण तुम्हाला माहितीय, चष्मा पाहणाऱ्याला कधीच पाहू शकत नाही. अगदी अशाच प्रकारे अखंड अनुभवाबाबत मन ट्रिगर बनतं आणि म्हणतं, 'आता मी पाहतो की हा अनुभव कुठून येतोय? अनुभव करणारा कोण आहे?' अशा प्रकारे विचार करून मनाने त्याची खेळी खेळलेली असते. शिवाय असं करून ते तुम्हाला गोंधळातही टाकतं. ध्यानामध्ये तुम्ही संभ्रमित झालात, तर तुमचं ध्यान अनुभवावरून दूर होऊन मनाच्या प्रश्नांमध्ये, तर्क, कुतर्कामध्ये अडकतं.

तुमच्याबाबतीत जेव्हा असं घडेल, मन अशा तऱ्हेची चाल खेळेल; तेव्हा तुम्ही मंदस्मित करून मन कशा प्रकारे डाव खेळतंय, इतकंच पाहा. खरंतर अनुभवाबाबत प्रश्न करण्याची आवश्यकता नसून त्याच अवस्थेत, अनुभवातच राहायचं असतं. अनुभवाबाबत विचार करून तुमचं लक्ष विचलित करण्याचा मनाचा हेतू असतो. यासाठीच ध्यानात दृढता प्राप्त होईपर्यंत साधकाला, 'कोणताही प्रश्न न विचारता, शांतपणे ध्यान करत राहा' असं सांगितलं जातं. हे करता करता एक दिवस मनुष्य ध्यानात दृढता प्राप्त करतो. मग तो मनाच्या बडबडीत गुंतत नाही. अन्यथा अनुभवाच्या पहिल्यावहिल्या जाणिवेबरोबरच मनाला ताबडतोब खेळायचं असतं. मन अनुभवाला आपलंसं करायला बघतं. जसं, 'हा माझा अनुभव आहे... आता मी याचा माझ्या फायद्यासाठी वापर करेन...' इत्यादी. अशावेळी मनाला इतकीच समज द्यायचीय, 'तू अनुभवाचा वापर करू शकत नाहीस. तुला फक्त गप्प राहायचंय. तू जितका शांत राहशील, तितक्याच लवकर अनुभव प्रखर होईल. तू जेवढी बडबड करशील, अनुभवप्राप्तीमध्ये तितकाच उशीर होईल.'

भाग ७२

ध्यानाचा उच्चतम बिंदू : ध्यानामध्ये मनुष्य जेव्हा शरीराच्या सीमेपलीकडे जातो, तेव्हा तो स्वतःला जाणत असतो. अशा वेळी त्याला स्वतःचं अस्तित्व जणू

समुद्रासारखं अनुभूत होतं. त्याला शरीराच्या सीमारेषा जाणवत नाहीत. शरीराची जाणीव त्याला होत नाही. त्यावेळी तुम्हाला प्रत्यक्ष समुद्राचा म्हणजेच असीमतेचा अनुभव मिळत असतो. परंतु मन मध्येच डोकावतं. 'मला पाहू दे, की हा खरोखर समुद्राचाच अनुभव आहे का?' अशी उत्सुकता निर्माण करतं. ज्या क्षणी मन येतं, त्या क्षणी शरीराची सीमा म्हणजे शारीरिक आउटलाइन जाणवू लागते. त्यामुळे ध्यानात अनुभवाची अनुभूती होत असताना, 'हा त्याच समुद्राचा अनुभव आहे.' या समजेसह तुम्हाला राहायचंय.

समुद्र त्याचा अनुभव लाटांच्या रूपाने म्हणजेच वेगळा होऊन घेतो. 'लहरींशिवाय किंवा माशांव्यतिरिक्त, समुद्र असूनही नसण्यासारखाच आहे', या पंक्तीवरून शरीराचं अनन्यसाधारण महत्त्व लक्षात येतं.

एका दृष्टिकोनातून ही पंक्ती पाहाल तर वाटेल, की स्वतःचा अनुभव घेण्यासाठी ईश्वराला मनुष्याची आवश्यकता आहे. याची दुसरी बाजू पाहिली, तर लक्षात येईल, ईश्वर स्वतःचा अनुभव घेत असून व्यक्ती (नकली अहंकार) आतापर्यंत कोणताही अनुभव घेऊ शकलेली नाही. याचाच अर्थ तुमचा दृष्टिकोन कसा आहे, यावर सर्व काही अवलंबून असतं. तुम्ही जेव्हा सेन्स ऑफ प्रेझेन्स किंवा 'मी कोण?' या जाणिवेमध्ये असता, तिथे, 'मी शरीर आहे' ही मान्यता नसते, तर, 'शरीरामुळेच मला माझं अस्तित्व समजतंय' ही अनुभवाच्या दृढतेची जाणीव असते.

'मी शरीर आहे' ही मान्यता माणसांमध्ये इतकी खोलवर रुजलीय, की त्याच्यासाठी शरीरच प्रथम क्रमांकावर असतं आणि स्वानुभव दुसऱ्या नंबरवर असतो. त्यानंतर, सेल्फ रिमेम्बरिंग - स्वतःची आठवण येणं का आवश्यक आहे, याची समज वाढू लागते, तेव्हा स्वानुभव पहिल्या क्रमांकावर येऊ लागतो.

तुम्ही स्वानुभवाला प्राधान्य द्यावं, यासाठी गुरू आपल्याला जागृत करतात. तुम्ही, वास्तवात जे आहात त्यानुसार गुरू तुम्हाला घडवतात. गुरू तुम्हाला तसं बनवतात. तुम्ही वारंवार व्यक्ती (खोटा मी) बनून त्यांना प्रश्न विचारता. परंतु गुरू तुम्हाला, 'तुम्ही प्रत्यक्षात जे आहात' तोच समजून उत्तरं देतात. ज्यामुळे अज्ञानात, विस्मृतीत जो प्रश्न विचारतोय, तो जागृत व्हावा. सातत्याने प्रश्न विचारता-विचारता एके दिवशी त्याला जेव्हा जागृती येईल, तेव्हा त्याचे प्रश्नच बदलतील.

भाग ७३

ध्यानामध्ये सगळयात मोठी अडचण : अनुभवाला तपासणाराच

अनुभवप्राप्तीमध्ये सगळ्यात मोठा अडथळा आहे. हा अडथळा म्हणजे, मन! ध्यानादरम्यान मन चेकरचं काम करतं. हा चेकर समर्पित होण्यासाठी ध्यानाची सखोल समज आवश्यक आहे. मगच तुम्ही विचार करू शकाल, हा जो चेकर आलाय, त्याने अनुभवाला चेक करावं अशी त्याची पात्रता आहे का?

चेकर, जो अनुभवाला पाहू इच्छितो, पडताळू पाहतो, सर्वप्रथम त्यालाच विचारायला हवं, 'वास्तवात अनुभव कसा असतो हे तुला माहितीय? आणि जर माहिती नाहीये, तर तुला सांगितल्यावर तू अनुभव समजू शकतोस? त्याला जाणणं तुझ्या कक्षेत येतं? तू अनुभवाला पकडू शकतोस, की तू नसतोस तेव्हाच अनुभव प्रकटतो?' अशा प्रकारचे प्रश्न वारंवार विचारून चेकर जेव्हा गायब होतो, तेव्हाच अनुभव प्रकटू लागतो. चेकरकडून सातत्याने त्याच त्या चुका घडल्यानंतर चेकर परिपक्व होतो. त्यानंतर तो म्हणतो, 'आता मी काहीही बोलणार नाही. कारण आता मला समजलंय, की अनुभव माझ्या अखत्यारीतील बाबच नाही.' तुम्ही स्वतः जोपर्यंत अनुभव घेत नाही, तोपर्यंत तुम्हाला शब्दांमध्ये सांगितलं जाईल, की अनुभव प्रकट होण्यात चेकरच बाधा आहे. या समजेवर मनन करून, यालाच तुमचा अनुभव बनवायचंय. ध्यानात बसून तुम्हाला हेच पाहायचंय, 'अनुभव म्हणजे काय, हे चेकरला खरोखरंच कधी जाणता येईल का?'

चेकर आल्यानंतर त्याच्याशी वादविवाद, भांडणं करू नका. तर स्मितहास्य करून त्याच्याशी थोड्याफार गप्पा मारा. परंतु बोलायचं काय, असा प्रश्न तुम्हाला पडू शकतो. तेव्हा, ज्या-ज्या मुद्द्यांवर तुमचं एकमत आहे अशा बाबींवर अगोदर चर्चा करा. ज्याबाबत तुमचं एकमत नाही, ते तात्पुरतं बाजूलाच ठेवा. यामुळे, ज्या गोष्टींवर चेकरची सहमती आहे, त्या त्याच्या लक्षात येत असल्याचं तुम्हाला जाणवेल.

या सर्व प्रक्रियेत 'विश्वास'च अशी शक्ती आहे, जी अनुभवप्राप्तीत तुम्हाला सर्वाधिक मदत करते. ते असं सत्य आहे, जे अजूनही तुमचा अनुभव बनलेलं नाही, तरीही तुम्ही ते मानता आणि त्यानुसार जगता. यासाठी अत्यंत गरजेचा आहे तो 'विश्वास!' म्हणूनच चेकरसंबंधी मिळणाऱ्या या ज्ञानावर विश्वास ठेवा.

काही लोकांमध्ये विश्वास प्रारंभीच जागृत होतो. अशांसाठी चेकरपासून पुढे जाणं खूप सोपं होतं. काही लोकांना वारंवार याचा अनुभव घ्यावा लागतो. मग एक अशी वेळ येते, जेव्हा चेकर समर्पित होतो. हे घडल्यानंतर तुम्ही ध्यानाच्या पुढच्या सोपानावर, पायरीवर जाता. तोपर्यंत जे शब्द तुम्हाला अनुभवाची ('मी कोण'ची) आठवण देतील, त्यांचा पुनरुच्चार करत राहा, वारंवार स्मरण करत राहा.

स्वानुभवापर्यंत पोहोचण्याचा हा मार्गदेखील आनंददायक असायला हवा. ध्येयप्राप्तीनंतरच आनंद घ्यायचा असतो, असं नाही. यासाठी 'ध्यान कोण करतंय आणि तुम्ही वास्तवात कोण आहात' याची समज असणं खूप महत्त्वाचं आहे. तुम्ही स्वतःच आनंदाचं महाकारण आहात, यासाठी ध्येयप्राप्तीच्या वाटचालीचाही आनंद लुटा.

भाग ७४

ध्यानाची आवश्यकता : "अध्यात्माच्या प्रारंभीच ध्यान गरजेचं असतं. परंतु जी माणसं आध्यात्मिक वाटचालीत पुढे गेलेली आहेत, त्यांना ध्यानाची आवश्यकता काय?' असा प्रश्न सामान्यपणे विचारला जातो. परंतु तुम्ही मनाला ज्ञानी युधिष्ठिर बनवू नका. अध्यात्मात तुम्ही जेव्हा पुढे जाता, तेव्हा तुम्हाला विशिष्ट समज (ज्ञान) देण्यात येते. त्या समजेने तुमच्या चेतनेचा स्तर वाढतो. परंतु व्यावहारिक जगात वावरताना चेतनेचा स्तर निम्न झाल्याचं तुम्ही अनुभवता. मनाला वाटतं, 'माझी चेतना उच्चस्थानीच आहे.' अशा प्रकारे मन ज्ञानी युधिष्ठिर बनतं. कारण मन तुम्हाला सांगत नाही, की 'तुझ्या चेतनेचा स्तर आत्ता कमी झालाय. तेव्हा तू ध्यान करून अगोदर आपल्या चेतनेचा स्तर वाढव.' परंतु हे करण्याऐवजी ते तुम्हाला मनाला पटेल असं उत्तर देतं, 'त्याने असं केलं म्हणून मी असं केलं...' वगैरे वगैरे.

प्रत्येक वेळी मन तुम्हाला विविध गोष्टींमध्ये अडकवून अध्यात्माच्या मार्गाकडे पाठ फिरवायला लावतं, सत्याच्या मार्गापासून वंचित करतं. कित्येकदा ते आपलं काम इतकं सूक्ष्मपणे करतं, की तुमच्या लक्षातही येत नाही.

मौनामध्ये (ध्यानामध्ये) गेल्यानंतर तुम्हाला पुन्हा समजेचा उच्च स्तर प्राप्त होतो. मायेचं दिखाऊ सत्य पाहून, खाली आलेला चेतनेचा स्तर तुम्ही ध्यानामध्ये पुन्हा एकदा उंचीवर नेता. यासाठी साधकाला ध्यानाची सवय लावली जाते. जेणेकरून आपल्या चेतनेचा स्तर नेहमी उच्च राहावा.

माणसाच्या काही सवयी या गरजेशी जोडलेल्या असतात तर काही दैनंदिन आयुष्य सुकर करण्यासाठी अंगीकारायच्या असतात. जसं, 'तुम्हाला दररोज अंघोळीची आवश्यकता आहे का, एखाद्या दिवशी अंघोळ केली नाही, तर चालणार नाही का?' असं विचारलं तर तुमचं उत्तर असेल, 'नाही. कारण स्नान केल्याशिवाय आम्हाला ताजंतवानं वाटत नाही.' तात्पर्य; तुम्ही स्वतःला रोज स्नान करण्याची सवय लावली असल्याने मग आवश्यकता असो अथवा नसो, दररोज अंघोळ करता. एखाद्या दिवशी तुम्ही प्रदूषणयुक्त वातावरणात

गेला नाहीत, तरीही तुम्ही अंघोळ करता. कारण ती तुमची सवय आहे.

परंतु ही बाब सवयीपर्यंतच मर्यादित नाहीये. ध्यानामध्ये बसल्यानंतर जेव्हा तुम्ही स्वतःची आध्यात्मिक प्रगती पाहता, तेव्हा ध्यानाची आवश्यकता लक्षात येते. त्यानंतर तुम्ही म्हणाल, 'गुरुजींनी ध्यानाची आज्ञा दिली हे चांगलंच झालं. नाहीतर यावेळी मी ध्यानामध्ये जो अनुभव घेतोय, तो कसा घेऊ शकलो असतो?' ध्यानाची हीच समज तुम्हालादेखील प्राप्त करायची आहे.

भाग ७५

ध्यान आणि वेळ : ध्यानामध्ये निरंतर बसल्यानंतर ध्यानाची वेळ कमी करता येते का, असे केले तर लाभ होतो की नुकसान, असा प्रश्न कित्येकांना पडतो. साधकाला सुरुवातीला ध्यानाची वेळ वाढवायला सांगितली जाते. कारण प्रारंभिक ध्यानात माणसाचं मन लगेच शांत होऊ शकत नाही. त्याचा वेळ बाह्य विचार सांभाळण्यात आणि शारीरिक असुविधा पाहण्यातच निघून जातो. खूप वेळानंतर तो ध्यानाच्या अथांगतेत उतरू लागतो.

अर्थात सुरुवातीला तयारीमध्येच जास्त वेळ जातो. दहा-वीस मिनिटं त्यामध्येच निघून जातात. केवळ ध्यानाची तयारी करून ध्यान समाप्त करणाऱ्याला पूर्णतेची भावना प्राप्त होत नाही. याचा अर्थ, तयारीसाठी नेहमीच इतका वेळ लागतो असं नाही. हा वेळ हळूहळू कमी होत जातो. कालांतराने ध्यानामध्ये बसताच साधक मौनात जातो. मग त्याला प्रश्न पडतो, 'ध्यानात आता थोडाच वेळ बसलं तर चालेल का?' परंतु त्याने ध्यानाचा कालावधी वाढवत नेला तर तो पुढच्या पायरीवर जाण्यासाठी तयार होतो.

तयारीसाठी तुम्हाला दहा मिनिटं लागतात. त्यानंतर शुद्ध समाधी ध्यानाला सुरुवात होते. थोडा वेळ या ध्यानावस्थेतच राहा. ज्यामुळे तिथे काय काय घडतंय, हे पाहू शकाल. योग्य उपस्थितीमुळे काय काय घडतं हे तुम्हाला नंतर समजेल. ध्यानासाठी आज जितका वेळ लागतोय, तितका पुढे लागणार नाही. हळूहळू तो कमी होत जाईल.

भाग ७६

विचार आणि ध्यानाची अवस्था : विचार असूनही ध्यान करता येतं. चालता-फिरतानाही ध्यानाच्या अवस्थेत राहण्यासाठी समजेची भूमिका अत्यंत महत्त्वाची आहे. विचार शरीरात सुरू असतात. ज्याप्रमाणे शरीरावर तुम्हाला तुमच्या कपड्यांची जाणीव

होते, त्याचप्रमाणे तुम्ही जेव्हा ध्यानात बसता, तेव्हा विचारांचीही जाणीव होते. पंख्याची हवा तुमच्या शरीराला स्पर्श करते, त्याचप्रमाणे विचारही तुम्हाला स्पर्श करत असतात. खरंतर विचारही त्याच शरीराचा एक भाग आहेत. विचारांना तुम्ही असं बघा, जणूकाही कोणीतरी तुमच्या डोक्यावर स्टिकर चिकटवलाय आणि त्यावर लिहिलंय, **'विचार!'** आता हा स्टिकर तुम्ही जसा पाहाल, त्यानुसारच तुम्हाला स्वतःच्या विचारांकडेही बघायचंय.

स्टिकर लावल्यानंतर तुम्ही म्हणू शकता, 'राहू दे हा कपाळावरच! स्टिकर असूनही मी स्वानुभव घेऊ शकतो.' अशाच प्रकारे विचारांकडे पाहा आणि स्वतःला सांगा, 'विचार असूनही मी माझ्या अनुभवाचा अनुभव घेऊ शकतो.'

सेल्फसाठी तुमचं शरीर म्हणजे जणू आरसा आहे! हा आरसा तुम्हाला तुमचं दर्शन घडवतोय. परंतु या आरशात काही बदलही घडतील. आरशाचा रंग बदलतो, ऋतूंनुसार तो उष्ण-थंड होतो. असं असूनही तुम्ही तुमचा अनुभव घेऊ शकता.

शरीर म्हणजे विचार करणारं मशीन आहे. त्याच्यात हे सगळं चालूच राहणार. तुम्हाला मात्र, तुमचं शरीर स्वदर्शन घडवतंय की नाही, हे पाहायचंय. हे घडत असेल तर काळजीचं काहीही कारण नाही. स्वतःला या गोष्टीची आठवण वारंवार करून द्या.

भाग ७७

शरीराची बडबड : ध्यानामध्ये, शरीराच्या बडबडीने (दुःख आणि वेदनेच्या भावनांनी) लोक कंटाळतात आणि त्यातून सुटका कशी मिळवायची, असं विचारतात. ध्यान हा ईश्वराचा गुण आहे. आपल्या स्वभावामध्ये स्थापित होणं म्हणजे आपल्या ध्यानामध्ये स्थापित होणं. ही अशी अवस्था आहे, जिथे तुम्हाला स्पष्टपणे दिसतं, 'मी कोण आहे आणि हे शरीर एक निमित्त आहे. हे शरीर माझ्या बाजूला ठेवलंय. म्हणूनच मी माझं ध्यान करू शकतोय.' विचार करा, शरीर तुमच्या बाजूला ठेवलेलं असतं म्हणून त्याची मदत तुम्हाला मिळते. जसं, तुमच्या बाजूला पंखा ठेवला तर तुम्हाला व्यवस्थित हवा मिळते. जर पंखा हलवला तर त्याची हवा लागणार नाही. अशाच प्रकारे, शरीर तुमच्या बाजूला ठेवलं असेल तर तुम्ही स्वतःला जाणून, अनुभवू शकता. इथे अनुभवण्याचा अर्थ, त्वचेशी संबंधित नसून स्व-अस्तित्वाची जाणीव अनुभवणे, असा आहे.

हे शरीर जर थोडा वेळ हलवलं, दूर केलं, तर तुम्ही म्हणाल, 'मला अनुभव जाणवत नाहीये.' म्हणजे तुम्हाला तुमचा अनुभव होणं बंद झालं. पुन्हा शरीर बाजूला

ठेवलं तर तुम्हाला तुमचा अनुभव येईल. अशा प्रकारे हळूहळू तुमच्या लक्षात येईल, की तुम्ही शरीरापासून वेगळे आहात. मग तुम्ही शरीरापासून अलिप्त होत जाल.

शरीरामुळे तुम्हाला तुमच्या अस्तित्वाची जाणीव होते. त्यामुळे तुम्ही अधूनमधून त्याची पाठ थोपटा. शरीराला सांगा, 'तू चांगलं काम करतोस. असाच बाजूला बसून राहा आणि मला माझी अभिव्यक्ती करू दे.' अशा प्रकारे तुम्हाला जेव्हा सर्व काही स्पष्ट, स्वच्छ दिसू लागेल, तेव्हा स्वतःच्याच प्रोग्रॅमिंगमुळे विचार करत राहणाऱ्या शरीराचं, विचार करणं बंद होईल.

उदाहरणार्थ, तुमच्या बाजूला एका माणसाला बसवलंय. आता हा माणूस तुम्हाला आयुष्यभर स्वतःचीच बडबड ऐकवतोय, 'त्याने असं केलं, तिने असं केलं. त्याने हे करायला नको होतं, ते करायला नको होतं, अभ्यास कधी संपणार, हे कधी घडणार, ते कधी होणार...' वगैरे वगैरे. या बडबडीचा त्रास तुम्हाला झाल्याने तुम्ही विचार कराल, 'हा काय बडबडतोय हे कळतच नाहीये... हा काही मला ध्यान करू देत नाही... स्वानुभव घेऊ देत नाही, स्वध्यान करू देत नाहीये.' तुम्हाला हे समजून घ्यायचंय, की तो माणूस दुसरा तिसरा कोणीही नसून तुमचं स्वतःचंच शरीर आहे, जे दिवसभर अखंड बोलत राहतं.

शरीराच्या अविरत बडबडीचं कारण तुम्हाला माहिती करून घ्यायचंय? कारण माहिती करून घेण्याचा प्रयत्न केल्यानंतर समजेल, की तुम्ही जेव्हा जेव्हा स्वतःपासून दूर होता, तेव्हा शरीर बडबड सुरू करतं. तुम्ही जेव्हा स्वतःवर, तेजस्थानी असता, तेव्हा त्याची बडबड बंद होते. अशा वेळी तुम्हाला जे विचार करायचे असतात, तेच शरीरदेखील बोलू लागतं. मग त्याच्याकडून जे शब्द प्रकटतात ते सत्यवचनासारखे असतात. यावरून तुमच्या लक्षात आलं असेल, की शरीराच्या बडबडीचं कारण तुम्हीच आहात. म्हणून तुम्ही जास्तीत जास्त वेळ 'स्व'वर राहा. जेणेकरून शरीराची बडबड बंद होईल.

भाग ७८

शरीरावरून ध्यान हटवण्याची कला : हे शरीर म्हणजे एक प्रकारचं वस्तुसंग्रहालय आहे. इथे कोणता विचार कुठून जागा होईल, याचा काही भरवसा नाही. इकडून या विचाराची ही फुलबाजी पेटली... तिकडून ती... आणि तुम्ही त्यात गुरफटलात. विचारांच्या अग्निबाणात तुम्ही स्वतःला, 'स्व'ला विसरता आणि शरीराच्या विस्तारामध्ये गेल्यावर हरवून जाता. त्यामुळे शरीराच्या विस्तारात न जाता, समजूतदारपणे,

परिपक्वतेने ध्यान करत राहा. तेव्हाच ध्यानी मोठा होईल. अन्यथा शरीर वरचढ होतं आणि ध्यानी आहे तिथेच राहतो...

शरीर हे सेल्फला जाणण्यासाठी केवळ निमित्त आहे. त्यामुळे त्याच्यात अडकू नका. समजा, तुमच्या शरीराचा एखादा भाग ओला आहे आणि पंखा सुरू असल्यामुळे, पंख्याच्या हवेमुळे त्या ओलाव्याची जाणीव तुम्हाला होतीय. पंखा जेव्हा बंद होतो, तेव्हा शरीराचा ओला असणारा भाग तुम्हाला जाणवणार नाही. पंख्याने किती काम केलं, हे आता तुम्हाला समजलं असेल. त्याने फक्त तुम्हाला अनुभव दर्शवला, जो वास्तवात घडतच होता. त्यामुळे शरीर तुम्हाला तुमचा अनुभव घडवतंय, शिवाय प्रत्येक क्षणी घडवतंय, ही समज ठेवायला हवी.

तुम्ही जेव्हा मौनामध्ये बसता तेव्हा, 'अनुभवकर्ता आपला अनुभव घेत आहे' ही समज ठेवा. खरंतर उघड्या डोळ्यांनीही हे करता येईल. परंतु आधी डोळे मिळून याचा अभ्यास करणं कधीही श्रेयस्कर. कारण तुमच्यातील ध्यानी अजून लहान बालकाप्रमाणे आहे.

तुम्ही जसं, लहान मुलांना सायकल चालवायला थेट रस्त्यावर पाठवत नाही, तर सुरुवातीला अंगणात किंवा सोसायटीमध्ये मुलांना सायकल चालवण्याची सक्ती करता. कारण त्यांच्यासाठी तेच सुरक्षित असतं. नंतर मुलांकडून मोकळ्या मैदानात तुम्ही सायकल चालवून घेता. त्यानंतर मूल सायकल चालवण्यात पूर्णतः तरबेज होतं. संपूर्ण प्रशिक्षित झाल्यानंतरच तुम्ही त्यांना रोडवर जायला परवानगी देता. रोडवर सायकल चालवण्याचंच लक्ष्य असलं तरीही त्याची सुरुवात अंगणापासून, आपल्या घरापासूनच केली जाते. अशाच प्रकारे, 'डोळे उघडे ठेवून ध्यान करणं' हे ध्येय आहे. परंतु त्यासाठी प्रारंभिक तयारीची आवश्यकता असते. ध्यानामध्ये जाताच शरीर आपल्या सवयींनुसार (संस्कारांप्रमाणे) काही ना काही बोलत राहतं. परंतु तुम्हाला समजेसह कार्य करायचं आहे.

जसं, तुम्ही ट्रेनमधून प्रवास करत असताना तुमची मुलं खिडकीच्या बाजूला बसून तुम्हाला वारंवार प्रश्न विचारत असतात, 'हे काय आहे... ते काय आहे... हे असं का.. ते तसंच का...' वगैरे वगैरे. अशावेळी तुम्ही मुलांच्या प्रश्नांची उत्तरं देतादेता, स्वतःदेखील प्रवासाचा आनंद घेत असता. मुलं जे दाखवतात, त्यात तुम्ही हरवून जात नाही. याचप्रमाणे शरीराने प्रश्न विचारल्यावर, ती त्याची खोडी समजून तुम्ही स्मितहास्य करा. शरीराची जुनी सवय नाहीशी करण्यासाठी तुम्हाला हे काम करायचंय. म्हणजेच, तुम्ही जे वास्तवात आहात, त्याला हे काम करायचंय; कोणत्याही व्यक्तीला (अहंकाराला) नव्हे. लोक ध्यानाच्या वेळी, 'मला हलकं का वाटत नाही... जडजड

का वाटतं...' अशा विचारांनी शरीरातच अडकून पडतात. तेव्हा शरीरामध्ये न गुरफटता, 'स्व'वर ध्यान केंद्रित करा.

भाग ७९

ध्यानामध्ये विकास : ध्यानामध्ये स्वतःच्या शरीरावर जाणवणारं जडत्व आणि हलकेपणा, या दोन्ही अवस्था जेव्हा एकाच प्रकारे समदृष्टीने पाहू शकाल, तेव्हाच साधकाचा ध्यानात विकास होतो. जडत्वाचा तिरस्कार आणि हलकेपणावर प्रेम असेल, तर तुमचा विकास घडू शकत नाही. कारण मन शेवटपर्यंत हीच शंका घेत राहणार, सुरुवातीला जडपणा का... नंतर हलकेपणा का? वास्तवात, तुम्ही जो आहात, त्याच्यामध्ये कोणतंही जडत्व किंवा हलकेपणा नाही. शरीरात सकाळपासून रात्रीपर्यंत वेगवेगळ्या करामती अव्याहत सुरू असतात. मनुष्याने स्वतःच्या शरीरात डोकावून पाहिलं, तर तिथे असंख्य सर्कशी सुरू असलेल्या त्याला दिसतील. म्हणूनच तो ध्यानासाठी बसतो, तेव्हा म्हणतो, 'अरे! मला इतकी सघनता, इतका जडपणा का जाणवतोय?' थोड्या वेळाने पण तोच म्हणतो, 'आता इतकं हलकं कसं वाटतंय...' अशा वेळी तुम्हाला इतकंच लक्षात घ्यायचंय, की ही सर्वसामान्य बाब आहे. यामध्ये विशेष असं काहीच नाही. जडपणा ध्यानाच्या शेवटापर्यंत राहिला, तरी काही हरकत नाही.

सफल ध्यान म्हणजे ते, जिथे तुम्ही या सगळ्या वस्तूंकडे अगदी तसंच पाहता, जसं पाहण्याची कला सांगते. पाहण्याची कला सांगते, 'हे शरीर आहे आणि याच्यात वेगवेगळे तरंग जाणवणं ही सामान्य बाब आहे.' उदाहरणार्थ, एखादं बाळ तुमचे कपडे ओलं करतं. तेव्हा तुम्ही म्हणता, 'ही तर सामान्य गोष्ट आहे, यामध्ये विशेष असं काहीच नाही.' कारण सगळी लहान मुलं असंच करतात, हे तुम्हाला माहितीय. अशाच तऱ्हेने तुमचं मन देखील ध्यानामध्ये परिपक्व नाहीये. एकाअर्थी ते देखील बाळच आहे. यामुळेच तर ते, 'इथे हलकं वाटतं... तिथे जड वाटतं' असं म्हणून प्रश्न विचारत राहतं. यासाठी ही समज कायम लक्षात ठेवा, की 'ही अगदी सामान्य गोष्ट आहे.'

ध्यानाच्या वाटचालीत जसजसे तुम्ही पुढे जाल, तसतसे तुमच्यासमोर नवनवीन आयाम उलगडत जातील. एखादा माणूस म्हणेल, 'ध्यानामध्ये मला निळा प्रकाश दिसला.' कोणी म्हणेल, 'आज मला अनाहद नाद ऐकू आला.' या सगळ्या गोष्टींमध्ये तुम्हाला समजून घ्यायचंय, की ध्यानामध्ये जे काही घडतंय, ते सामान्य आहे. 'ध्यानामध्ये हे हे व्हायला हवं किंवा हे हे होतं...' असं काही पक्कं मानून चालू नका. कित्येकांकडून

ही चूक घडते. त्यांच्याबाबतीत घडलेल्या गोष्टींनाच धरून ते चालतात. शिवाय तसंच पुन्हा घडावं, असा विचारही करतात. परंतु ध्यानामध्ये ही समज ठेवण्याची आवश्यकता आहे, की 'जे घडतंय, ते घडावं आणि जे घडत नाहीये, ते घडू नये.' ध्यानामध्ये तुम्हाला जो प्रकाश दिसतोय, त्याला पाहणाऱ्याला किंवा जाणणाऱ्याला जेव्हा तुम्ही जाणू लागाल, त्या वेळी तुमचा खरा विकास झाला असं म्हणता येईल.

जाणणारा शरीराच्या विस्तारामध्ये गेल्यावर त्याला शारीरिक बदल जाणवतात. याचाच अर्थ, तुम्हाला स्वतःचं (खऱ्या अनुभवाचं) विस्मरण घडलंय. विसरण्याच्या या रोगालाच समाप्त करायचंय. शरीराच्या विकारांवर काम करून, शारीरिक वृत्तींवर घाव घालून आणि अनुभवावर जाऊन, हेच कार्य सुरू असतं. ध्यानामध्ये बसण्यासाठी साहाय्यक ठरणारं शरीर तयार करणं हा विकार आणि संस्कार नष्ट करण्याचा उद्देश आहे. ज्यायोगे त्याने ध्यानीला स्वतःवर परतण्यात आणि स्वध्यान करण्यासाठीही मदत करावी.

शरीर जितकं व्यसनी, तितकं ते कमी साहाय्यक असतं. ज्याप्रमाणे मुलांना चांगल्या सवयी लावण्यासाठी त्यांना आधी समजावलं जातं. प्रलोभनं दिली जातात, मग त्यांना शिकवण्यात येतं; त्याचप्रमाणे तुम्हालाही स्वतःच्या शरीराला तयार करायचंय. मग एक वेळ अशी येईल, जेव्हा तुम्ही म्हणाल, 'आता शरीरामध्ये कोणतीही अवस्था आली, तरी ती माझ्यासाठी केवळ सर्कस असेल आणि मी तिचा आनंद घेईन.'

ध्यानासंबंधी अनेक पुस्तकं आहेत. ती वाचून तुम्ही थक्क व्हाल. कारण या पुस्तकांच्या लेखकांनी त्यात 'ध्यान' या विषयाला अनुसरून नाही तर स्वतःच्या अनुभवांबद्दल लिहिलंय. जसं, 'मला आज असा प्रकाश दिसला... आज अशी कंपनं निर्माण झाली... आज अशी जाणीव झाली....' हे अनुभव वाचणाऱ्या वाचकांना वाटतं, की ध्यानामध्ये आमच्याबाबतीतही असंच घडावं. परंतु शारीरिक अनुभवांपेक्षा, मनुष्याने या नानाविध अनुभवांना जाणणाऱ्याला जाणणं हे जास्त महत्त्वाचं आहे. या जाणणाऱ्याबद्दल जर पुस्तक लिहिलं, तर पुस्तकाची सगळी पानं कोरीच असतील. तेव्हा, कोणाचेही अनुभव वाचून, 'माझ्या बाबतीतही असंच व्हावं' हा विचार कदापि करू नये. मात्र त्यातून ध्यानाची प्रेरणा अवश्य घ्यावी. तुम्ही जर विचार केला, 'ध्यानामध्ये इतरांना जसं जड वाटतं, तसाच अनुभव मलाही यावा. तसं झालं नाही, तर ध्यानात माझा विकास घडला नाही,' तर याचा अर्थ, तुम्ही चुकीच्या दिशेने चाललाय, असा होतो.

काही लोक सिद्धी प्राप्त करतात. अशा वेळी इतरांच्या नजरेत त्यांच्याबद्दल आदर असतो. आपल्यालाही सिद्धीच प्राप्त करायच्यात, असं त्यांना वाटतं. परंतु तुम्ही सिद्धी

प्राप्त केल्याने ते अध्यात्म ठरत नाही. ती तर शरीराची एक कला आहे.

भाग ८०

सजगता : अनुभव म्हणजेच चेतना आणि सजगता. अनुभवाला विविध नावांनी संबोधता येईल. तुम्ही त्याला सजगता म्हणा, जागृती म्हणा, चेतना, चैतन्य, जिवंत होण्याची जाणीव म्हणा किंवा आणखी काही... शब्द वेगवेगळे असू शकतात. कित्येक गोष्टी अशा असतात, ज्या समजावण्यासाठी त्याच अवस्थेला नवीन शब्द देण्यात येतो. अशा प्रकारे शब्द वाढत राहतात.

सजगता एकटीच असताना तिला वेगळं नाव देण्यात येईल. ती शरीरासोबत जोडली तर तिचं एक नवीन नाव असेल. हीच सजगता शरीराबरोबर जोडली जाऊन फसते, अडकते, तेव्हा तिला आणखी एक नाव देता येईल. हीच सजगता शरीरासोबत जोडली जाऊन उलगडू लागते, तेव्हा पुन्हा एकदा तिला नवीन नाव देता येईल. तात्पर्य; एकच गोष्ट जास्तीत जास्त योग्य प्रकारे समजण्यासाठी नवीन शब्दांची आवश्यकता भासते, ज्यामुळे प्रत्यक्षात काय सांगितलं जातंय, हे समजतं. जिच्या आधिपत्याखाली सर्व काही चाललंय, त्या सजगतेचा विस्तार म्हणजे शब्द आहेत. जसं, वीज एकच आहे. परंतु ती गिझरबरोबर जोडली तर उष्णता निर्माण करते. बल्बबरोबर असल्यावर तिला प्रकाश म्हणतात. पंख्याबरोबर ती हवा बनते. अशाच तऱ्हेने जेव्हा तुम्हाला सांगितलं जातं, 'डोळ्यांवर ध्यान करा... तिसऱ्या नेत्रावर ध्यान करा... हृदयस्थानावर ध्यान करा...' तेव्हा, ही सजगता फक्त एकाच जागी केंद्रित करण्यात येते, हे लक्षात घ्या.

सजगता जेव्हा स्वतःबाबत जागृत होऊ लागते, तेव्हा त्याला 'स्वध्यान' किंवा 'स्वसाक्षी' म्हटलं जातं. सजगता स्वतःबाबत जागृत व्हावी, हाच अभ्यास ध्यानात केला जातो. खरंतर हेच लक्ष्य आहे.

शरीराबाबत जागृत होणं ही देखील सजगतेची जबाबदारी आहे. ज्यामुळे शरीर योग्य प्रकारे काम करेल. तुम्हाला शरीराबाबत जागृती आली नाही, तर ते नष्ट होत जाईल. तुम्हाला विशिष्ट ठिकाणी वेदना होत असेल, तर तुमची सजगता तिथे जायला हवी, ज्यामुळे शरीर वेदनामुक्त होईल.

रेकीमध्ये तुम्ही स्वतःची सजगता वेदना असलेल्या जागी आणता म्हणून हीलिंग होतं. शरीराच्या अनेक अवयवांकडे तुम्ही सजगतेसह बघत नाही. आसनांमुळे जेव्हा

ताण पडतो, तेव्हा तिथे ध्यान जातं. एखाद्याला आसनांची सवय नसेल, तर कित्येक वृत्तींकडे त्याचं लक्ष जातच नाही. शरीराच्या सर्व अवयवांना ध्यान देण्याची आवश्यकता असते. ही देखील सजगतेचीच जबाबदारी आहे. असं असूनही, सजगतेची सर्वांत मोठी जबाबदारी म्हणजे, स्वतःबद्दल जागृत होणं. कारण तुम्ही सजगता आहात... तुम्ही चेतना आहात... You are awareness, you are consciousness...

भाग ८१

ध्यानामध्ये असफलता : ध्यानात डोळे बंद केल्यानंतर कान अवश्य उघडे ठेवा. ध्यानामध्ये कान उघडताच आजूबाजूचे आवाज दुरून आल्यासारखे वाटतील. परंतु या आवाजांबरोबर जोडला जाऊनही, अनुभवकर्ता, अनुभवाचा अनुभवामध्ये अनुभव घेत असतो. असे करोडो आवाज कानांबरोबर जोडले जाऊनही ते अनुभवावर कोणताही प्रभाव पाडू शकत नाहीत. जसं, एखादं दृश्य पाहताना त्या दृश्यामध्ये आणखी दोनचार गोष्टी जोडल्या, तर पाहणाऱ्याला काही फरक पडत नाही. याचप्रमाणे कानाबरोबर कितीही आवाज जोडले तरीही अनुभवामध्ये कोणताच फरक पडत नाही. अनुभवकर्ता, अनुभवामध्ये आपला अनुभव घेत राहतो. अनुभवकर्ता जेव्हा हा उद्देश विसरतो, तेव्हा तो दृश्याच्या विवरणात, आवाजाच्या विस्तारात शिरतो. विस्तारामध्ये जाता-जाता तो केव्हा त्याच्यातच हरवला, हे त्याला काही काळानंतरही समजत नाही. अशा प्रकारे तो स्वतःला विसरतो. ज्ञान नसेल, तर आपण हरवलोय हे त्याच्या लक्षातही येणार नाही.

ज्ञानप्राप्ती झाल्यानंतर योग्य समज प्रकट होते आणि मग साधकाला समजतं, 'मी हरवलो होतो.' हरवणं म्हणजे 'खऱ्या मी'चं लुप्त होणं. ज्ञान मिळाल्यानंतर, तुम्ही शरीर नसून स्वानुभव आहात हे लक्षात येतं. अशा वेळी तुमच्यावर घडलेली कृपा जाणवेल आणि तुम्ही म्हणाल, मला 'माझ्याबद्दल कोणी सांगितलं, ही खरंच खूप मोठी कृपा आहे. अन्यथा, मी जो नाहीच, त्याच्याशीच लोक बोलत राहिले आणि मी देखील हीच चूक करत राहिलो. लोकांना शरीर समजूनच बोलत राहिलो, जे वास्तवात ते नाहीतच.'

तात्पर्य; सगळे एकमेकांना शरीर मानूनच वागतात. अशा प्रकारे सगळे एकमेकांना 'मी शरीर नाही' हे विसरायला मदत करतात. परंतु स्मरण करून देण्यासाठी कोणीही परस्परांना मदत करत नाही. परंतु जेव्हा मनुष्याला सत्य अवगत होतं, तेव्हा तो म्हणतो, 'मी हरवलो होतो हे सत्य आज माहिती होतंय. वास्तविक मी कोण आहे, हे बुद्धीच्या आधारे जाणलंय. मग त्याचा अनुभव घ्यायला सुरुवात का करू नये? वास्तविक

त्यासाठीच तर गुरुकृपा आणि ईशकृपा घडलीय.'

स्व-स्मरणानंतर जो आनंद प्रकटेल, त्याची अभिव्यक्ती शरीराच्या माध्यमातूनच होईल. शरीर आपल्याला आपला अनुभव घडवतं. शिवाय अनुभव घडवल्यानंतर सेल्फच्या गुणांची अभिव्यक्तीही शरीराच्या माध्यमातूनच होते. त्यामुळे शरीर आपल्यासाठी नेहमीच मोठं निमित्त बनतं, हे लक्षात ठेवा. अज्ञान असतं, तेव्हा हेच शरीर आपल्याला गुरफटून टाकतं आणि प्रत्येक दिवशी नव्या वृत्तींत भर टाकतं.

स्वतःबद्दल जाणल्यानंतर वृत्तींमधील वाढ ताबडतोब थांबायला हवी. वृत्ती, संस्कार आणि चुकीच्या सवयीतून मुक्त होण्याची सुरुवात व्हायला हवी. ज्यामुळे हेच शरीर अत्यंत सहजतेनं तुम्हाला तुमचा अनुभव घडवू शकेल. तुम्हाला ध्यानामध्ये जागृती इतक्या उच्च पातळीवर न्यायचीय, की शरीरामुळे जाणवणारे आवाज, दृश्य, सुगंध, स्वाद, स्पर्श, विचार हे गुंतवू शकणार नाहीत आणि समजा काही काळ तुम्ही त्यात अडकला, तरी त्वरित सजग व्हाल.

ध्यानामध्ये विचार उफाळून आला, तर 'शरीरात निर्माण होणारा हा विचार कानावर आदळणाऱ्या आवाजासारखाच आहे,' असं जाणायचंय. या दोघांमध्ये कोणताही फरक नसून दोन्हीही एकसारखेच आहेत. त्यामुळे आपल्या अनुभवावर राहून अनुभवाचा अनुभव सातत्याने घेत राहा. व्यक्ती (अहंकार) हा अनुभव घेऊ शकत नाही, तेव्हा त्याला फक्त गप्प, शांत बसायचंय.

भाग ८२

ध्यानात सखोल जाणं : ध्यानामध्ये बसणाऱ्या माणसाला, तो त्या वेळी काय करणार आहे, हे ठाऊक नसतं. स्व-अस्तित्वाची जाणीव म्हणजे काय, हे त्याला हळूहळू समजतं. 'कोणत्याही रंगरूपाशिवाय, चेहऱ्याशिवाय अशी ही स्व-अस्तित्वाची जाणीव आहे. ही जाणीव घेण्यासाठी शरीर निमित्तरूपाने प्राप्त झालंय. मग हा अनुभव का प्राप्त करू नये?' हे ध्यान करणाऱ्याला जाणवतं. त्यानंतर खऱ्या कार्याची सुरुवात होते. परंतु शरीर असा प्रदर्शन कक्ष आहे, जिथे ध्यानाद्वारे आत जाताच सगळ्या गोष्टी दिसू लागतात. त्या बघितल्यावर, 'मी आत कशासाठी गेलो होतो?' हेच ध्यान करणारा विसरतो. तो आपलं खरं लक्ष्य विसरून इतर गोष्टींमध्ये अडकतो.

शरीरामध्ये वेदना जाणवली, एखादा विचार उफाळला, बाहेरून एखादा आवाज

आदळला किंवा दुसऱ्या दिवशीची कामं आठवली, नवीन काहीतरी सुचलं, तर ध्यान थांबवून मनुष्य याच गोष्टींमध्ये अडकतो. घटनांच्या तपशिलात शिरतो. त्याचे विचार सुरूच असतात, बॉसला कसं समजून सांगावं... पत्नीशी कसं बोलावं... समस्या कशा सोडवाव्यात... वगैरे वगैरे. जेव्हा त्याला समस्येवरील उपाय सुचतो तेव्हा तो आणखी खोलात शिरतो. मग अचानक त्याला आठवतं, 'अरे! मी तर ध्यानाला बसलो होतो!'

ध्यान करताना तुमच्या बाबतीतही असं घडत असेल, तर स्वतःला सांगा, 'काही हरकत नाही. हा विचार केबिनमध्ये ठेव.' त्याचबरोबर स्वतःला हे देखील सांगा, की 'शरीराने मला या विचारात गुंतवलं.' यानंतर मात्र तुमच्या चेहऱ्यावर स्मितहास्य यायला हवं. कारण ध्यानाद्वारे जेव्हा तुम्ही दुसऱ्यांदा स्वानुभवावर पोहोचाल आणि तुमच्याकडून तीच चूक होईल, तेव्हा हेच हास्य तुम्ही कायम ठेवू शकाल. त्या वेळी तुम्ही हा हट्ट कधीही करू नका, 'असं का झालं... तसं व्हायला नको होतं...' याऐवजी, 'तुमच्यात तयार झालेला ध्यानी अजूनही बाळ आहे. तो ध्यानामध्ये संपूर्णतः पक्क झालेला नाही' ही समज कायम ठेवा. अशा प्रकारे आपल्या चुकांमधून शिकत शिकत ध्यानात पुढे जात राहा. हीच गोष्ट तुम्हाला ध्यानाच्या अथांगतेमध्ये घेऊन जाण्यास मदत करेल.

प्रथम आपल्यातील ध्यानीची वाढ होऊ द्या. या वाढीसाठी त्याला योग्य मार्गदर्शन द्या. स्मितहास्यासह पुन्हा अनुभवावर जा. वास्तविक, वर्षानुवर्षं शरीराच्या विस्तारात जाण्याची तुमची ही जुनी सवय आहे. ती नष्ट करण्यासाठी वेळ लागेल. तेव्हा संयमाने आणि न वैतागता, ध्यानाच्या माध्यमातून स्व-अनुभवावर वारंवार जात राहायला हवं.

आतापर्यंतचं आयुष्य तुम्ही स्वतःला शरीर मानूनच जगलात. त्यामुळेच तुम्ही शरीराच्या विस्तारात जात राहिलात. त्यातून तुमची ही वृत्ती बनलीय. शिवाय आतापर्यंत तुम्हाला कोणी सांगितलंही नाही, की 'ही एक सवय आहे'. तुम्हाला ती सामान्य बाबच वाटत राहिली. हेच जीवन आहे, हे शरीर म्हणजेच मी आहे, असंच तुम्ही मानत राहिलात.

तुमचा आधार, पायाच चुकीचा आहे हे तुम्हाला अचानकच समजतं. जसं, तुमच्या कॅलक्युलेटरने २+२=५ दाखवलं तर तुम्ही कितीही आकडेमोड केली, तरी ती सगळी चुकीचीच सिद्ध होणार. कारण त्याचा पायाच अयोग्य आहे. असं असलं तरीही तुम्ही दुःखी न होता चेहऱ्यावर मंदस्मितच ठेवायचंय. 'बरं झालं. कमीत कमी आता तरी हे सगळं समजलं.' कारण 'मी कोण आहे' हे सत्य माहिती करून न घेताच पृथ्वीवरून जाणारी अनेक माणसं आहेत. ती पुढे जाऊन मरणोत्तर जीवनातही त्याच चुकांची पुनरावृत्ती करतात. परंतु तुम्हाला हे मार्गदर्शन आत्तापासूनच मिळतंय, ही खूपच सकारात्मक बाब आहे.

भाग ८३

स्वानुभवात स्थापित होणं : ध्यानात डोळे मिटून तुम्हाला जो अनुभव घेण्याची इच्छा असते, तो ताबडतोब प्रकटत नाही म्हणून वेगवेगळ्या ध्यानपद्धती बनवल्या गेल्या. स्वानुभव प्राप्त करण्यासाठी लोक श्वासावर, तिसऱ्या नेत्रावर किंवा शरीरावर ध्यान करतात. परंतु ध्यानाची सखोलता प्राप्त केल्यानंतर आपल्या अस्तित्वाची जाणीव, स्वानुभव किंवा स्वबोध हा अनुभवाने जाणता येतो. त्या वेळी कोणत्याही विधीची आवश्यकता नसते. जसं, चवींबद्दल माहिती पुरवणारे बड्स (सूक्ष्म तंतू) जिभेवर अस्तित्वात असतात. त्यामुळे आंबट, गोड, तिखट पदार्थांच्या चवी या जिभेला स्पर्श होताच आपल्याला ताबडतोब समजतात. अन्यथा, जिभेला स्वादच समजला नसता. अशाच प्रकारे सेल्फलाही स्वानुभवाची जाणीव होते. ही जाणीव, शब्दांत किंवा विधींमध्ये नव्हे तर अनुभव घेऊनच जाणता येते.

ध्यान सुरू करण्यासाठी सुरुवातीला श्वासावर, शरीरावर कार्य करवून घेतलं जातं. कारण आपल्या अस्तित्वाची जाणीव (Sense of presence) इतकी सूक्ष्म आहे, की मनुष्याला ती समजूही शकत नाही. ती इतकी जवळ आहे, की माणसाला ती पाहताच येत नाही. लांबच्या गोष्टी सहजपणे दिसू शकतात. परंतु जवळच्या गोष्टी जाणणं अवघड होतं.

ज्या लोकांनी स्वतःला ओळखलंय, त्यांच्यासाठी पुढे *सराहना ध्यान घडतं. सराहना मौन ध्यान म्हणजे स्वानुभवाला जाणून, त्याची प्रशंसा आणि आश्चर्य करत करत मौनात जाणं. सा रे गा मा सराहना. अशा प्रशंसेमुळे मौन आपोआपच प्रकटतं. स्वानुभवाव्यतिरिक्त अन्य बाबींवर विचार केल्यास मौन प्रकटत नाही तर उत्तेजना निर्माण होतात. स्वानुभव किंवा स्वबोध म्हणजे तोच; ज्याला ईश्वर, कॉन्शियसनेस, परम चेतना, चैतन्य इत्यादी नावं दिली आहेत.

सा रे गा मा सराहना मध्ये 'सा' म्हणजे सोपं, सरळ, सहज सत्य. स्वानुभव इतका सामान्य आहे, की तो प्रत्येक माणसात, वस्तू, पक्षी, प्राण्यांमध्ये सामावलेला आहे. तो कणाकणात सामावलाय. जर अनुभव साधा, सरळ, सहज नसता, तर तो केवळ श्रीमंतांकडेच असता. निराकाराला शब्दांत मांडता येत नाही. परंतु प्रशंसा (सराहना) शब्दांमध्येच होते. गुणगान गाणारा नानाविध शब्दांतून स्वानुभव व्यक्त करतो. अनुभव इतका सहज, सरळ आहे, की तो ज्याच्याबरोबर जोडला जातो, तसाच बनतो. त्याचा हा सरळपणाच त्याच्यासाठी कठीण बनलाय. आजच्या काळात त्या अनुभवाला

जाणण्यासाठी लोक सर्वत्र भटकत राहतात.

'रे' - रेशीमगाठी म्हणजेच नाती. अनुभवाबरोबर प्रेमाचं नातं असतं. 'प्रेम' शब्द विभाजित करून लिहिला तर तो होईल, 'प रे म'. प आणि म च्या दरम्यान जो 'रे' शब्द येतो, तो आहे सरगममधील 'रे'. अनुभव शब्दात व्यक्त करण्यासाठी जवळचा शब्द बनवला, 'प्रेम.' प्रेम, आनंद, मौन. प्रेम आणि मौन यांच्या दरम्यान आनंदाचं नातं बनतं.

'गा' - गीत. ईश्वराचं गुणगान गीतांमधून गायलं जातं. ईश्वराची गीता ईश्वराचं गीत आहे. जगात प्रत्येकाकडून वेगवेगळी अभिव्यक्ती घडते. कोणी पुस्तकं लिहितं, कोणी भजनं गातं, कोणी दोहे तर कोणी अभंग लिहितं. 'गा' वर प्रत्येकाचं गाणं, अभिव्यक्ती वेगवेगळी घडत असते.

हे शब्द प्रशंसेसाठी तुम्हाला साहाय्यक ठरतात. मनातल्या मनात हे शब्द आठवून तुम्ही अनुभवाला जाणता, तेव्हा आपोआपच मौन प्रकटतं.

अनुभव जाणल्यानंतरच प्रशंसा होते. अनुभव जाणलाच नाही, तर प्रशंसेचे बोलही फुटणार नाहीत. तुमच्याकडून वारंवार प्रशंसा घडत असेल, तर त्यात खंड पडू देऊ नका. परंतु असं घडत नसेल, तर फक्त आपल्या तेजस्थानावर (हृदयावर) राहा.

'मा' - मायापती (ईश्वर, सेल्फ, चैतन्य). कसा आहे हा मायापती? तो अशी माया घडवतो, ज्या मायेतून आणखी एक माया जन्म घेते. जसं, एखाद्या जादूगारानं जादूने फूल बनवलं आणि त्या फुलाने आणखी एक फूल तयार केलं. तर त्याला मायापती म्हणता येईल. जादूगाराला तर हे शक्य नाही. परंतु ईश्वर, जो मायापती आहे; त्याची माया, मायेची निर्मिती करते आणि त्यात मनुष्य गुरफटतो.

'पा' - पारखी. ज्याला सत्याची पारख आणि ओळख आहे. सत्याची पारख नसेल, तर त्याची प्रशंसा होऊ शकत नाही. ज्याला तुम्ही ओळखू शकता, त्याची स्तुती होते. तुम्हाला ज्याचा पारखी मिळतो, त्याच्या प्रशंसेची शक्यता असते. सत्याच्या पक्ष्याचा एकच पंख ज्ञानामुळे बळकट होतो. परंतु त्यामुळे सत्याचा पक्षी यथेच्छ भरारी घेऊ शकणार नाही. पारखी (तेजगुरू) तुम्हाला त्या ज्ञानाची पारख आणि ओळख देतात. सत्याची योग्य ओळख घडल्यानंतरच पक्ष्याचे दोन्ही पंख मजबूत होऊन भक्ती जागृत होते.

'दा' - दान. 'नकली मीच्या (अहंकाराच्या)' दानाशिवाय अनुभव जागृत होत नाही. 'मीचं दान' म्हणजे स्वतःला वेगळं मानणारी व्यक्ती (अहंकार) समर्पित होते, तेव्हाच अनुभव प्रकटतो. दान देणाऱ्याला माहिती नसतं, की जोपर्यंत व्यक्ती 'मी'चं

(अहंकाराचं) दान दिलं जात नाही, तोपर्यंत त्याला दानाच्या पुण्याचं फळ मिळत नाही.

'नी' - निमित्त. व्यक्तीकडून 'मी'चं दान होतं आणि शेवटी निमित्तच (शरीर) शिल्लक राहतं. हे शरीर अनुभवाचा अनुभव घेण्यासाठी केवळ निमित्त बनतं. त्यानंतर प्रत्येकात तोच अनुभव जागृत होण्यासाठी आणि प्रेम, आनंद, मौन सर्वदूर नेण्यासाठी शरीर निमित्त बनतं. 'तुमची उपस्थिती योग्य प्रकारे निमित्त बनावी', या पंक्तीवर आपापल्या समजेनुसार थोडा वेळ मनन करत राहा. मननानंतर काही वेळ मौनात बसा.

भाग ८४

मायेतून मुक्तता : आपल्यावर जर मायेचा लेप लागलेला असेल, तर सत्याची जाणीव होत नाही आणि सत्यावर प्रेम जडलं, की कोणत्याही विघ्नाशिवाय, अडथळ्याशिवाय सत्य दिसावं असं वाटतं. ही इच्छा जेव्हा तीव्र होते, तेव्हा मनुष्याला वाटतं, की अशी एखादी पद्धत असावी; जिच्या आधारे त्याला 'सत्य आहे तसं' (As it is) समजावं.

कित्येकदा मायेच्या लेपामुळे आपलाच अनुभव, आपलीच इंद्रियं आपल्याला भ्रमित करतात. अशा वेळी माणूस फसतो. मनुष्याचं मन असंच आहे. एक तर ते आपल्या मान्यकथांना योग्य मानतं आणि इंद्रियं देखील त्यात भरच घालतात. त्यामुळे माणसाला स्वतःवर शंका येत नाही.

वाळवंटात मनुष्याला पाणी दिसतं म्हणजे इंद्रियं त्याला भ्रमित करतात. परंतु तो आपल्या इंद्रियांवर विश्वास ठेवतो. विश्वास ठेवण्यापर्यंत ठीक असतं. परंतु त्यानुसार तो स्वतःचे निर्णयही घेऊ लागतो. त्यानुसार संपूर्ण जीवनाची योजना आखतो. ही सर्वांत मोठी चूक त्याच्याकडून घडते. असत्यालाच सत्य मानून संपूर्ण आयुष्याची तजबीज करण्याची चूक तुमच्याकडून कदापि घडू नये.

मनुष्याने विचार करायला हवा, 'मी असं काय करावं ज्यामुळे माझी इंद्रियं मला सत्यच सांगतील, भ्रमित करणार नाहीत. माझं मनही सत्यच कथन करेल, मायेत अडकवणार नाही.' समजूतदार मनुष्य आपलं संपूर्ण आयुष्य या समजेच्या आधारावर पुन्हा एकदा पडताळून बघेल.

संपूर्ण जीवनाचं पुनरावलोकन केल्यानंतर त्याला समजेल, की मी मान्यकथांमुळे दुःखी आहे, तेव्हा लहानपणापासून बनवलेल्या सर्व मान्यकथांचा शोध त्याला घ्यावा लागेल. 'अशा कोणत्या कथा मी रचल्या, ज्यामुळे माझे कोणकोणते नातेवाईक

माझ्यापासून वेळोवेळी दूर गेले... मी कोणत्या लोकांशी बोलणं बंद केलं...' या पद्धतीनं तो गतआयुष्यातील सर्व घटनांमध्ये पुन्हा एकदा स्वतःला बघेल. समजूतदार मनुष्य हेच करेल आणि त्याला जर समजलं, की हा मायेचा लेप ध्यानामध्ये गेल्यानंतरच निघणार आहे, तर आपल्या इंद्रियांनी योग्य तेच सांगावं, खोटं सांगू नये, यासाठी तो ध्यान शिकेल.

ध्यानाचं दान हे महादान आहे. तुम्ही जेव्हा ध्यानामध्ये योग्य प्रकारे उपस्थित असता, तेव्हा इंद्रियांवर लागलेला मळ, मायेचा लेप विरघळू लागतो. जे दूषित आहे, आजार निर्माण करतं, ज्याच्यामुळे ॲलर्जी होते, असा मेकअप निघून जातो.

तुम्ही देखील चेहऱ्यावर लागलेला हा लेप पूर्णतः निघून जाईपर्यंत धूत राहता. ध्यानामध्येही मायेचा लेप काढूनच डोळे उघडायला हवेत.

१. *ध्यानामध्ये बसण्यासाठी ठरावीक कालावधीचा गजर लावा. त्यानंतर निवडलेल्या आसनात आणि मुद्रेत, डोळे मिटून बसा.*

२. *ध्यानाच्या पूर्वतयारीत स्वतःला आठवण करून द्या, की 'मायेचा जो लेप आपण लावून आलोय, तो दूर करायचाय.'*

३. *ध्यानादरम्यान डोळे बंद असल्यामुळे आंतरिक रिक्तता, पोकळी प्रकट होण्यास मदत मिळते.*

४. *डोळे बंद करून हे अनुभवा, की या वेळी तुमचं शरीर तुम्हाला स्वतःबद्दल सांगतंय. 'तू आहेस, स्व-अस्तित्वाची ही जाणीव अनुभवत राहा.'*

५. *या ध्यानामध्ये तुम्ही स्वतःला योग्य प्रकारे ओळखू शकलात, तर ध्यानामुळे मिळणाऱ्या आनंदाची, खुशीची अभिव्यक्ती करावी, असं तुम्हाला वाटेल.*

६. *तुम्हाला जर आत्ता तुमचं शरीर हे सांगतंय, याचं वजन किती आहे.... आकार कसा आहे.... त्याला कुठे दुखतंय... त्याला कोणकोणते विचार येताहेत.... तर या सर्व बाबींकडे तुम्ही अलिप्त होऊन पाहा. असा निश्चय करा, की 'माझं शरीर जोपर्यंत मला माझी माहिती देतंय, तोपर्यंत त्याला परवानगी आहे.'*

७. *तुम्ही जेव्हा शरीराच्या फीडबॅकमध्ये अडकाल, तेव्हा स्वतःला आठवण करून द्या, मी कोण आहे? शरीराद्वारे मला माझ्याबाबत काय माहिती मिळते?'*

८. जसजसे तुम्ही ध्यानाच्या अथांगतेमध्ये प्रवेश कराल, तसतसा मायेचा लेपही उतरत जाईल. शिवाय तुमची इंद्रियं तुम्हाला योग्य माहिती पुरवतील. हळूहळू शरीराची जाणीव नाहीशी होऊ लागेल.

९. स्वानुभव घेत असताना शरीर तुम्हाला त्याचा फीडबॅक देतं. तो फक्त जाणून त्याचा आनंद घ्या, त्यामध्ये अडकू नका.

१०. ध्यानामध्ये जितकं खोलवर जाल, तितकं वास्तव स्पष्ट तुमच्या समोर येईल.

११. ध्यानामध्ये शारीरिक वेदना, तणाव, पीडा जाणवताच स्वतःला हा प्रश्न अवश्य विचारा, ही माहिती योग्य आहे, की मायेच्या लेपामुळे असं वाटतंय? 'समजा, सुरुवातीला हात कढत पाण्यात घातला आणि नंतर कढत पाण्यापेक्षा किंचित कमी गरम असणाऱ्या पाण्यात घातला, तर ते पाणी थंड वाटतं, गरम नाही. इथे हात आपल्याला खोटी माहिती देतोय. त्याचप्रमाणे मायेत फिरून आलेलं शरीर ध्यानामध्ये सांगत असेल, इथे दुखतंय... तिथे तणाव वाटतोय... घामच येतोय....!' तर स्वतःला आठवण करून द्या, 'ही माहिती योग्य नसून हा केवळ आभास आहे. दुखतंय असं वाटतंय परंतु दुखत नाहीये.'

१२. स्वतःचं आणि शरीराचंही ऐका. सत्य वारंवार जागृत होऊ द्या. 'मी कोण?', 'शरीर कोण?', 'दोघांमध्ये कोणता फरक आहे?' हे स्पष्टपणे पाहा. या प्रश्नांना जाणणं हेच ध्यानाचं दान आहे. काही क्षण याच अनुभवात राहा.

१३. हे सर्व गजर होईपर्यंत जाणत राहा. गजर वाजताच सावकाश डोळे उघडा आणि याच अनुभवात राहा.

योग्य उद्देश आणि योग्य भावनेसह ध्यान केले, तर कमी वेळात जास्त परिणाम येतात. परंतु समजेशिवाय दीर्घकाळ ध्यान करूनही फळ मिळत नाही. त्यामुळे प्रत्येक वेळी ध्यानापूर्वी स्वतःला शब्दांमध्ये सत्य सांगून मगच ध्यानाला बसा. योग्य समजेसह ध्यान केले असता ध्यानाचं दान मिळेल, ध्यानाची दौलत मिळेल. ध्यानाची अशी श्रीमंती गवसेल, जी ध्यानाच्या कृपेमुळे आहे, ध्यानामुळे आहे. ही श्रीमंती झोपेमुळे मिळत नाही, ऑफिसमध्येही नाही. पगारामुळे मिळत नाही, की स्तुतीमुळेही नाही. नवीन कपड्यांबरोबर, सणसमारंभात, बाजारात किंवा शाळेतही मिळत नाही. ध्यानाची श्रीमंती ध्यानामुळे मिळते.

भाग ८५

मी कोण आहे?' 'हूं', उघड्या डोळ्यांचं ध्यान : तुम्ही जर पूर्णतः जागृत झाला असाल, तर हे ध्यान डोळे उघडे ठेवूनही करता येतं. तुम्ही डोळे बंद करून झोपायला, तर शिकला आहात. परंतु डोळे बंद करून जागं राहणं अजून शिकायचंय. तुम्ही डोळे बंद करून स्वप्न पाहायला तर शिकलात. परंतु डोळे उघडून स्वप्नातील सत्य जाणणं अजून शिल्लक आहे.

ध्यानामध्ये डोळे बंद करून स्वानुभव जाणता येतो. ध्यानाची समज नसेल, तर श्वासाच्या कोणत्याही पद्धतीसह तुम्ही सुरुवात करा. ध्यानाची समज असेल, तर एक प्रश्न घेऊनही ध्यानारंभ करता येतो.

१. *ध्यानामध्ये बसण्यासाठी ठरावीक कालावधीचा गजर लावा. त्यानंतर निवडलेल्या आसनात आणि मुद्रेत, डोळे मिटून बसा. ध्यानादरम्यान डोळे बंद असल्यामुळे आंतरिक रिक्तता, पोकळी प्रकट होण्यास मदत मिळते.*

२. *ध्यानाच्या सुरुवातीला पूर्वतयारीच्या रूपात स्वतःला सांगा, 'आता मी 'मी कोण?' 'हूं' ध्यान करणार आहे. या ध्यानाचा संपूर्ण लाभ घेता यावा, असं मला वाटतं. मला विश्वास आहे, की माझ्या आजूबाजूच्या सगळ्या वस्तू, वातावरण आणि माणसं यासाठी मला संपूर्णपणे सहकार्य करतील. या सर्वांच्या मदतीसाठी त्यांना खूप खूप धन्यवाद.' आता धन्यवादाच्या भावनेत राहून ध्यानाला सुरुवात करा.*

३. *डोळे मिटून ध्यानाचा आरंभ करा. स्वतःला प्रश्न विचारा, 'आजपर्यंत जो जगत आलाय, तो कोण होता?'* 'Who was that?' *हा प्रश्न काही वेळ स्वतःला विचारत राहा.*

हा प्रश्न विचारताच तुम्हाला समजून येईल, की बालपणापासून आजपर्यंत तुम्ही स्वतःला काय मानून जीवन जगत होता? जो जगत होता, तो कोण होता? 'Who was that?'

टीपः या (८५) मुद्द्याला अनुसरून, पुढील मुद्द्यांमध्ये काही महत्त्वपूर्ण ध्यानविधी दिलेल्या आहेत. त्यांचा संपूर्ण लाभ घ्यावा. ध्यानाच्या या पद्धती तुम्ही स्वतःच्या आवाजात रेकॉर्ड करून त्यानुसार ध्यान करू शकता. या पुस्तकासोबत असलेल्या डी.व्ही.डी.तील ध्यानांचाही अवश्य लाभ घ्या. इथे सांगितलेले हे ध्यानविधी एकएक करून वाचा, समजून घ्या आणि मग करा.

४. *हा प्रश्न विचारताच तुमच्या अंतरंगातून वेगवेगळी उत्तर येऊ लागतील. ही उत्तर ऐकत राहा, समजत राहा.*

५. "Who was that?, *'तो कोण होता?' स्वतःला हा प्रश्न विचारल्यावर तुमची प्रत्येक मान्यता तुमच्या नजरेसमोर येईल.*

'मी कोण होतो?' प्रेम...आनंद...मौन... की स्वतःला वेगळा मानणारा अहंकार? याचं उत्तर मिळाल्यानंतर तुम्हाला, 'मी कोण आहे?' याची जाणीव होईल.

६. *सखोलतेने ध्यान करत राहा.*

७. *त्यानंतर स्वतःला पुढचा प्रश्न विचारा,* 'Who am I now? *या क्षणी मी कोण आहे?' हे आपल्या अनुभवाने जाणा. स्व-अस्तित्वाच्या जाणिवेला ओळखून जाणा.*

८. *ध्यानामध्ये 'या वेळी मी कोण आहे?'चं उत्तर आपल्या अनुभवाची अनुभूती घेत दिलं जाऊ शकतं. आपल्या जिवंत असण्याच्या जाणिवेवर स्थिर राहा.*

९. 'Who are you now? *आत्ता तुम्ही कोण आहात?' स्वतःच हा प्रश्न विचारत राहा आणि अहंकाराच्या पलीकडे... स्वानुभवावर पोहोचा. अनुभव जाणताना स्वतःला सांगा,* 'I am this *हा मी आहे.' वास्तविक तुमचा हा इशारा अनुभवाच्या रोखाने आहे.*

१०. *आता काही काळ याच अनुभवात स्थिर राहा.*

११. 'I am this' *चा अनुभव जाणता जाणता हळूहळू आपले डोळे उघडा.*

जसं हुंकारात 'अ' जोडल्यावर तो अहंकार बनतो. त्याचप्रमाणे छोट्या बदलांनी माणूसही बदलतो आणि स्वतःला विसरून जातो. एखादं पद मिळालं... लॉटरी लागली... कोणीतरी थोडंसं कौतुक केलं... हातून एखादं रचनात्मक कार्य घडलं... तर मनुष्य स्वतःला विसरतो. त्यामुळे त्याला वारंवार स्वतःला आठवण करून द्यावी लागते. तुमच्याकडून काही चांगल्या गोष्टी घडणं हे एखाद्या कृपेपेक्षा कमी नाही. तुमच्या डोक्यातून एखादी आयडिया आली, तर त्यामुळे तुमचा अहंकार पुष्ट होता कामा नये. कारण प्रत्येक विचाराचा हेतू एकच आहे. तो म्हणजे, तुम्हाला स्वाभिमानाकडून स्वभानाकडे (ज्याला जाणायचाय असा स्व) घेऊन जाणं. ते जर घडत नसेल, तर त्या विचाराचा निम्न फायदाच घेता येतो.

समजा, तुमची आवडती वस्तू चुकून पडली. ती तुटल्यामुळे तुम्हाला होणाऱ्या त्रासावरून, तुम्ही त्या वस्तूशी किती आसक्त होता, चिकटलेले होता, हे समजतं. तिथे, 'माझी वस्तू' हा भाव अधिक होता. इतरांचा मोबाइल हरवला, तर 'योग्य ठिकाणी का नाही ठेवलास?' असा प्रश्न तुम्ही विचारता. परंतु स्वतःचाच मोबाइल हरवल्यावर एक वेगळीच कथा सुरू होते. 'माझा' शब्द जोडला जाताच भाव बदलतात. माझं, मला, मी चा वापर कुठे केला जातोय, हे जागृतीसाठी पाहायचं आहे. स्वतःला वेगळं मानून जगत असलेल्या अहंकाराला छेद देण्यासाठी जेव्हा तुम्ही सत्य श्रवण करता, तेव्हा नेमक्या चुका कुठे होताहेत, हे समजतं.

यानंतर डोळे उघडून जगात प्रवेश कराल, तेव्हा तुम्हाला स्वाभिमान जाणवेल. परंतु तुम्हाला स्वाभिमानात अडकायचं नाहीये. योग्य समज आणि ज्ञान प्राप्त करून इथून पुढे गेल्यानंतर तुम्ही स्वभानात स्थापित होता.

भाग ८६

शरीर आणि सेल्फचा वियोग समजण्याची पद्धत : हा वियोग ध्यानाद्वारे शक्य आहे. हे ध्यान करण्यापूर्वी या ध्यानाची समज प्राप्त करा.

झोपेत आपले डोळे बंद असतात. गाढ झोपेत आपण काही तासांसाठी आपल्या शरीरापासून मुक्त असतो. परंतु अज्ञानात मिळालेलं स्वातंत्र्य आयुष्यात बदल घडवत नाही. झोपेत शरीररूपी जेलमधून सात-आठ तासांची सुट्टी मिळते. शारीरिक जेलमधून बाहेर पडण्याचा आनंद मनुष्याला उपभोगता यावा, यासाठी ही सुट्टी असते. परंतु सकाळी उठताच तो स्वतःला शरीर मानतो. शरीराशी जोडला जाताच आपल्या स्वातंत्र्याचा आनंद तो विसरतो. तसंच आपण मुक्त होऊ शकतो, याचाही त्याला विसर पडतो. ज्याला हे समजलंय, तो कोणत्याही क्षणी स्वतंत्र्य उपभोगू शकतो. त्यांचं जीवन साहसी, निर्भय बनतं.

आपण मुक्त होऊ शकतो, हे ज्यांना माहिती नसतं ते भीती आणि तणावाखाली जगत राहतात. म्हणून जागृत अवस्थेत थोडा वेळ मुक्त झालं तर सत्यचित्राचा कोपरान्‌ कोपरा तुमच्यासमोर प्रकटेल.

जेव्हा जेव्हा तुम्ही ध्यान करता, तेव्हा सत्याचं एक चित्र तयार होतं. झोपेतही तुम्ही स्वतंत्र असता, तिथे कोणतंच चित्र बनत नाही आणि जरी होत असलं, तर ते मायेचं, स्वप्नांचं चित्र असतं. सत्याचं चित्र फक्त ध्यानातच तयार होतं. ज्याचा एखादा

भाग जरी बनला, तरीही संपूर्ण चित्र प्रकटण्याची आशा करता येते. परिणामी, कार्य करता-करता एक असा दिवस येईल, जेव्हा संपूर्ण चित्र तुम्हाला स्पष्टपणे दिसेल. हे चित्र रंगीत आणि चमकणारं असेल. त्याच्या आधारे जेव्हा तुम्ही स्वतःचं जीवन व्यतीत कराल, तेव्हा तिथे साहस, प्रेम, आनंद, मौन, हास्य आणि सेवाच असेल.

ध्यानामध्ये बसलेल्या साधकाला माहिती असतं, की तो या वेळी जे चित्र पाहतोय, त्यातून सत्य प्रकट होत आहे. 'मी शरीर नाही' ही दृढता वाढत आहे. त्याला या गोष्टीची पूर्णतः खात्री पटते, 'जे काही घडतंय ते माझ्या शरीराबरोबर घडतंय, माझ्याबरोबर नाही.' मग या गोष्टीचं स्मरण गदारोळातही कसं ठेवावं..., गर्दीतही एकटं कसं राहावं... यासंबंधी त्याला युक्त्या सुचत जातात.

आपल्याला मायेबरोबर नव्हे तर सत्यासोबत जगायचंय, अशी भावना तुमच्या मनात जागृत झाली असेल, तरच तुम्ही ध्यानाच्या अथांगतेमध्ये शिरू शकता. तुमच्यासमोर सत्याचं चित्र स्पष्ट होतं, त्याच्यावर जमलेली धूळ बाजूला होते आणि तुलनात्मक मनाचं वर्चस्वही समाप्त होतं. अन्यथा तुलना करणारं तोलू मन प्रतिक्षण म्हणत असतं, 'तू जेलमध्ये आहेस... तू चोर आहेस... समोरचा धोकेबाज आहे... लोक मला वाईट समजतात... लोक वाईट आहेत...' वगैरे वगैरे.

सत्यसमज प्राप्त होत नाही, तोपर्यंत तुलनात्मक मन वारंवार तक्रार करत राहील, दोष देत राहील. परंतु सत्यचित्र तयार होताच सगळं काही बदलेल. तुम्ही मुक्त व्हाल. सत्याचं चित्र तयार होण्यासाठी, उत्तम योग होण्याची आवश्यकता आहे. आणि उत्तम योग होण्यासाठी उत्तम वियोग व्हायला हवा.

उत्तम वियोग तेव्हा घडेल, जेव्हा तुमचा सेल्फ, शरीरात न अडकता स्वतःवर परत येईल. मग त्याला समज प्राप्त होऊन आतमध्ये निर्माण होणारी प्रत्येक भावना तो जाणू लागेल. जर त्याच्यामध्ये क्रोधाची भावना जागृत झाली, तर सेल्फ स्पष्टपणे ओळखू शकेल, 'क्रोध मला आलेला नसून माझ्या शरीरामध्ये तो जागृत झालाय.' अशा प्रकारे शरीराबरोबर 'उत्तम वियोग' होताच विकाराची भावना कमकुवत होईल. प्रत्येक भावनेबरोबर जेव्हा हा प्रयोग होईल, तेव्हा उत्तम वियोग तुमच्या लक्षात येईल. असा वियोग, जिथे शरीरासोबत योग कसा करायला हवा... शरीरासोबत कशाप्रकारे जोडलं जावं...? हे समजेल. ज्ञानापूर्वीही मनुष्य शरीरासोबत जोडलेला होता. परंतु तो उत्तम नव्हे, निम्न योग होता. उत्तम योगासाठी सर्वप्रथम उत्तम वियोगाची आवश्यकता आहे. ध्यानाद्वारेच उत्तम वियोग शक्य आहे.

भाग ८७

वियोग ध्यानाची पद्धती : आता वियोग ध्यानाचा विधी समजून घेऊया.

१. *ध्यानामध्ये बसण्यासाठी ठरावीक कालावधीचा गजर लावा. त्यानंतर निवडलेल्या आसनात आणि मुद्रेत, डोळे मिटून बसा.*

२. *ध्यानाची सुरुवात करण्याआधी पूर्वतयारी करा.*

३. *बंद डोळ्यांनी जागृत अवस्थेत आपलं ध्यान सुरू ठेवा.*

४. *या वेळी तुम्ही स्वतःवर जाऊन उत्तम वियोग करत आहात. ज्यामुळे शरीराशी जोडल्यानंतर त्याला उत्तम योग म्हणता येईल. शरीर चालवण्याची कला उत्तम योगाद्वारे जमते. उत्तम वियोगाची उत्तम पद्धत म्हणजे 'साधना' म्हणजेच समर्पण साधना. समर्पण साधनेनंतरच अहंकाराचं समर्पण होतं. तेव्हा ध्यान होईल, गुरूंचं ज्ञान होईल, चरित्र उत्तम बनेल, योग्य प्रश्न विचारण्याची कला अवगत होईल, प्रार्थना, उच्चतम निवड तसंच वर्तमानाचा बोध होईल.*

५. *वियोग ध्यान सुरू राहून सत्याचं चित्र तयार होत राहावं.*

६. *आता तुम्ही स्वतःची दृढता वाढवण्यासाठी स्वतःला विचारा, 'मी कोण आहे? मी जर शरीर नाही, तर मी कोणत्या गोष्टींपासून मुक्त आहे? मी कशापासून स्वतंत्र आहे?' या प्रश्नांवर मनन करत राहा. अशा प्रकारे स्वतंत्र होऊन आनंद साजरा करा.*

७. *आता हळूहळू डोळे उघडा.*

भाग ८८

जागृती ध्यान : स्वतःला जागृत करण्यासाठी, जागृती ध्यान करा.

१. *ध्यानामध्ये बसण्यासाठी ठरावीक कालावधीचा गजर लावा. त्यानंतर निवडलेल्या आसनात आणि मुद्रेत, डोळे मिटून बसा.*

२. *ध्यानाची सुरुवात करण्याआधी पूर्वतयारी करा.*

३. *डोळे बंद करून आपण जागृती ध्यान करत आहात.*

४. ध्यानामध्ये स्वतःला प्रश्न विचारा, 'माझा मित्र, माझं शरीर मला सहकार्य करत आहे का?'

याचं उत्तर जर 'नाही' आलं, तर दुःखी होऊ नका. पूर्वतयारी आणि प्रार्थना यांच्या माध्यमातून आपल्या शरीराला आपला सहयोगी मित्र बनवता येतं. तुमचं शरीर मनाच्या प्रत्येक अवस्थेत तुम्हाला सहकार्य करू शकतं. ध्यान करताना शरीर जमिनीवर, खुर्चीवर, रिकाम्या पोटी किंवा भरल्या पोटी बसलेलं असलं, तरीही ते प्रत्येक अवस्थेत तुम्हाला सहकार्य करेल. परंतु ध्यानामध्ये का बसायला हवं, ही समजच जिथे नसेल, तिथे एखादी छोटीशी अडचणही अडथळा बनू शकते. अशा वेळी तुम्ही रिकाम्या पोटी बसला किंवा भरल्या पोटी, तर तो देखील अडथळा असेल. जमिनीवर किंवा उच्चासनावर बसल्यामुळेही तुम्हाला अडथळा वाटेल.

५. जागृती ध्यानामध्ये सजगतेने जाणण्याचा प्रयत्न करा, 'प्रत्येक अवस्थेत माझं शरीर मला ध्यानामध्ये बसण्यासाठी सहकार्य करतंय किंवा नाही?' काही काळ मनन सुरू ठेवा.

६. ध्यानामध्ये पुढे स्वतःला हा प्रश्न विचारा,'माझ्या शरीरात अशा कोणत्या वृत्ती आहेत, ज्या माझ्या लक्ष्यप्राप्तीत अडथळा बनताहेत? माझ्या शरीराला मी खरं प्रेम दिलंय की केवळ त्याला आसक्ती आणि मोह दिलाय?'

तुमच्या शरीरात जर वृत्ती आहेत, शिस्त नाहीये, शरीराला खरं प्रेम न देता, केवळ मोह आणि आसक्ती दिली असेल, तर हे शरीर तुमचा मित्र नाही, शत्रूच बनेल. सेल्फला, शरीराला खरोखरंच प्रेम द्यायचं असतं.

७. ध्यानामध्ये पुढे स्वतःला विचारा, 'सेल्फला कोणत्या शरीरांबरोबर जोडलं जावंसं वाटेल?'

या प्रश्नावर काही क्षण मनन करा आणि जाणून घ्या, की वृत्तिरहित, तेजप्रेमाने ओतप्रोत, सत्याची तृष्णा जागृत झाली आहे अशा शरीरांबरोबरच सेल्फ जोडलेला राहू इच्छितो. ज्यांना स्व-स्मरण सहज शक्य आहे, त्या सगळ्या आत्मसाक्षात्कारी लोकांबरोबर त्याला जोडलेलं राहायचं असतं. जर अशी शरीरं मिळाली नाहीत, तर तयार

केली जातात. गुरूंचा रोल हाच आहे. तुम्हाला वारंवार समजावून, त्याच मार्गावर चालवून, वृत्तीरहित शरीर तयार करणं, जिथे सेल्फ जागृत होऊन कार्य करेल. हे कार्य कितीही कठीण वाटलं, तरीही ते सातत्यानं सुरूच राहतं. हा विश्वाच्या लीलेचाच एक भाग आहे.

८. *याच समजेसह ध्यानामध्ये बसून राहा. विचारांमागे न धावता केवळ उपस्थित राहा. आपलं ध्यान तेजस्थानावर (हृदयस्थानावर) ठेवा. मन सातत्याने तेजस्थानावरून बुद्धीकडे धावत असेल, तर त्याला आठवण करून द्या, 'बुद्धीमध्ये नाही तर तेजस्थान म्हणजे हृदयावर जायचं आहे.'*

९. *तरीही मन वारंवार धावतच राहिलं, तर त्याला विचारा, 'तू कोण आहेस? ध्यान कोण करतंय?' हा प्रश्न विचारताच बाह्यविचार नाहीसे होतात आणि स्वानुभवाचे विचार सुरू होतात, मौन प्रकटतं.*

१०. *ध्यानामध्ये जागृती यावी. प्रश्नांवर मनन सुरू राहावं. हे ध्यान काही काळापर्यंत सुरू ठेवा. नंतरच डोळे उघडा.*

डोळे उघडल्यानंतर माया पुन्हा जाळं पसरवेल. या जाळ्यात न अडकण्यासाठी प्रत्येक ध्यानामध्ये, ध्यानातून उठण्यापूर्वी स्वतःला स्मरण द्या, 'ध्यानामध्ये प्राप्त झालेली अवस्था डोळे उघडल्यावरही कायम राहावी. उकळत्या दुधात पाण्याचा थेंब पडताच दुधाची उकळी जशी समाप्त होते, तशी ही अवस्था संपून जाऊ नये.' ध्यानादरम्यान मिळालेली समज लुप्त होऊ नये यासाठी संपूर्ण दिवसाची कामं सजगतेसह करा.

दिवसभरातील कामांमध्ये तुम्ही जर मिळालेली समज विसरलात, तर स्वतःला पुन्हा एकदा सत्याची आठवण करून द्या. 'ईश्वर या शरीराबरोबर का जोडलाय आणि पृथ्वीवर त्याच्या लीला कशा सुरू आहेत?' हे आठवताच चालता-फिरतानाही तुम्ही ध्यान करू शकाल.

भाग ८९

विचारांचा वास्तविक स्रोत : विचारांचा वास्तविक स्रोत हा तिथे पोहोचूनच जाणता येतो. हे एका उदाहरणातून समजून घेऊ.

एखाद्या वस्तूवर टॉर्चचा प्रकाश पडल्यास ती वस्तू प्रकाशमान होते. हाच प्रकाश वस्तूवर आपटून टॉर्चवर परततो, तेव्हा टॉर्चच स्वतःच्या प्रकाशाने प्रकाशमान होतो.

टॉर्चचा प्रकाश ज्या वस्तूवर आपटून पुन्हा टॉर्चवर येतो, त्या वस्तूला 'निमित्त' म्हटलं जातं. ध्यानामध्ये हेच घडतं. शरीराची इंद्रियं जेव्हा धीम्या गतीने कार्य करतात किंवा शांत असतात, तेव्हा चेतना सहजतेने स्वतःवर परत येते... चैतन्य स्वतःला जाणू लागतं. तिथे जाणणारा जाणला जातो. हीच गोष्ट जाणण्यासाठी आणि त्यासंबंधी दृढता प्राप्त करण्यासाठी तुम्ही विविध ध्यानपद्धतींच्या माध्यमातून दररोज ध्यान करायला हवं. पृथ्वीवर तुम्ही ज्या लक्ष्यप्राप्तीसाठी आला आहात, ते मिळवण्यासाठी ही दृढताच तुम्हाला मदत करते. आता विचारांचा स्रोत जाणण्यासाठी प्रतीक्षा ध्यान करा.

१. ध्यानामध्ये बसण्यासाठी ठरावीक कालावधीचा गजर लावा. त्यानंतर निवडलेल्या आसनात आणि मुद्रेत, डोळे मिटून बसा.

२. ध्यानाची सुरुवात करण्याआधी पूर्वतयारी करा.

३. ध्यानादरम्यान डोळे बंद असल्यामुळे आंतरिक रिक्तता, पोकळी प्रकट होण्यास मदत मिळते.

४. ध्यानादरम्यान मनाला सूचना द्या, 'या वेळी मी ध्यानामध्ये रिक्त होण्यासाठी बसलो/बसली आहे. आता पुढचा विचार कुठून येतो, हे मला पाहायचंय.' या प्रश्नानंतर कदाचित काही विचार येतील किंवा थोडा वेळ कोणताही विचार येणार नाही. दोन्हीही अवस्थांमध्ये स्थिर राहून ध्यान सुरू ठेवा.

५. ध्यानामध्ये स्वतःला प्रश्न विचारा, 'पुढचा विचार कुठून येईल?' हा प्रश्न विचारून, पुढचा प्रश्न कुठून येतोय, याची प्रतीक्षा करा. शरीर सरळ ठेवून, तणावरहित राहून पुढचा विचार कुठून येतोय, हे तुम्हाला पाहायचंय. चारही बाजूंनी येत असणारे आवाज ऐका. विचार कुठून येतोय, हे जाणा. पुढचा विचार कोणत्या आवाजामुळे येतोय? एखाद्या वस्तूमधून येतोय?

६. अशा प्रकारे वाट पाहात बसल्याने विचार बंद होतात. एखादा विचार आला, तरी देखील पुन्हा हेच पाहायचंय, आता पुढचा विचार कुठून येईल?

७. यानंतर ध्यानामध्ये स्वतःला हा प्रश्न विचारा, 'आपला जो श्वास सुरू आहे, त्यातून तर विचार येत नाहीत ना?' आत-बाहेर, येणाऱ्या-जाणाऱ्या श्वासाकडे लक्ष ठेवून हे जाणून घ्या, 'विचार कुठून येत आहेत?' त्यानंतर तुम्हाला जाणवेल, श्वासोच्छ्वास सुरू आहे परंतु

त्यातून कोणताही विचार येत नाही. केवळ जाणत राहा, विचार कुठून येत आहेत?

८. ध्यानामध्ये पुढे पाहा, शरीरामध्ये जिथे वेदना, पीडा आहेत तिथून तर विचार येत नाहीत ना? अशा प्रकारे संपूर्ण शरीराची यात्रा करून पाहा. जिथे दुखतंय तिथे थांबून पाहा आणि पुढचा विचार कुठून येतोय हे जाणा. शरीरावर जर उष्णता किंवा खाज असेल तर तिथून विचार येताहेत का, हे पाहा. शरीराला हवेचा स्पर्श झाला किंवा डोळ्यांना ताण जाणवला, तर तिथून विचार येईल का, हे जाणा.

एखादा विचार आला, तर तो पाहा. मग स्वतःवर परत या आणि विचारा, 'पुढचा विचार कुठून येत आहे?'

९. पुढे ध्यानामध्ये स्वतःला विचारा, 'पुढचा विचार नाकाला वर्तमानात जाणवणाऱ्या एखाद्या सुगंधामुळे येतोय का? किंवा आत्ता जिभेवर रेंगाळणाऱ्या एखाद्या स्वादामुळे येतोय?' काही क्षण वाट पाहा आणि पुढचा विचार कुठून येतोय, विचारांचा स्रोत कुठे आहे, हे पाहा.

१०. आता ध्यानामध्ये सावकाशपणे डोळे उघडा आणि आपल्या आजूबाजूला ठेवलेल्या वस्तू पाहा. प्रत्येक वस्तू पाहताना स्वतःला विचारा, 'या वस्तूमधून विचार येतोय का?' ती वस्तू पाहून प्रतीक्षा करा, ही वस्तू विचार देईल?

सर्व वस्तूंकडे चारही बाजूंना पाहा. एक वस्तू पाहिल्यानंतर पुढची वस्तू पाहा. डोळे उघडे ठेवून प्रतीक्षा करा. प्रत्येक वस्तू पाहताना, पुढचा विचार या वस्तूमधून येणार आहे का? ही वस्तू स्रोत आहे का? हे जाणून घ्या. बेशर्त प्रतीक्षा करता करता एक एक वस्तू पाहा. एखादा विचार आला, तर पुढचा विचार कुठून येईल हे पाहा. त्याची प्रतीक्षा करण्यासाठी तयार राहा. फरशी, छत, डावीकडे-उजवीकडे, पुढे-मागे, खाली-वर, खोलीमध्ये सर्वत्र असणाऱ्या वस्तू पाहा.

विचार जर या वस्तूंकडून येत नाहीत, तर डोळे बंद करून 'काही नाही' मध्ये पाहा आणि जाणून घ्या, विचार कुठून येत आहेत? डोळे बंद करून प्रतीक्षा करत राहा.

११. *घरी हे ध्यान करताना चालत–फिरत प्रत्येक वस्तू पाहा आणि 'ही वस्तू मला पुढचा विचार देईल का?' हे जाणून घ्या. असं करत असताना प्रथमच तुम्ही त्या वस्तूकडे तटस्थपणे पाहू लागाल. भूतकाळात न अडकता, बघू शकाल. बेशर्त प्रतीक्षा करू शकाल. परंतु, विचार यावा किंवा येऊ नये, अशी कोणतीही अट ठेवू नका. पुढचा विचार कुठून येतो, हे जाणण्यासाठी तुम्ही केवळ बेशर्त प्रतीक्षेमध्ये बसा.*

याच प्रतीक्षेत सत्य प्रकट होईल. तुम्हाला फक्त बेशर्त प्रतीक्षेत राहायचंय आणि त्याचा आनंद घ्यायचाय. वाट पाहताना श्वास थांबला, तर श्वास अवश्य घ्या. श्वास सुरू राहावा, प्रतीक्षा होत राहावी.

१२. *तुम्ही बोअर होत आहात, असं वाटलं, तर स्वतःला विचारा, 'त्याचा स्रोत काय आहे?' हा विचार कुठून आलाय, हे जाणून घ्या. त्यानंतर पुढचा विचार कुठून येतोय, याची वाट पाहा.*

१३. *तुम्ही विचारांमध्ये हरवलात, विसरलात तर पुन्हा एकदा स्वतःला आठवण करून द्या, की 'पुढचा विचार कुठून येईल? मंदिराच्या घंटेच्या आवाजातून, सुरू असणाऱ्या श्वासातून, जिभेवर रेंगाळणाऱ्या स्वादातून, नाकाला जाणवणाऱ्या सुगंधातून, शरीरावर निर्माण होणाऱ्या वेदनेतून, दाब, घाम, हवेच्या स्पर्शातून, दृश्यांतून, वस्तूंमधून की 'काही नाही' मधून?' अथवा आला नाही तरी बेशर्त प्रतीक्षा करा, विचार येवो किंवा येऊ नये, अशी कोणतीही अट ठेवू नका. प्रतीक्षेचा आनंद घ्या. या प्रतीक्षेमध्ये खूप काही घडतंय, याच विश्वासासह हळूहळू डोळे उघडा.*

भाग १०

निर्विचार अवस्था : विचारांच्या पलीकडे जाण्यासाठी निर्विचार ध्यानपद्धती शिकून घ्या.

१. *ध्यानामध्ये बसण्यासाठी ठरावीक कालावधीचा गजर लावा. त्यानंतर निवडलेल्या आसनात आणि मुद्रेत, डोळे मिटून बसा.*

२. *ध्यानाची सुरुवात करण्याआधी पूर्वतयारी करा.*

३. ध्यानादरम्यान डोळे बंद असल्यामुळे आंतरिक रिक्तता, पोकळी प्रकट होण्यास मदत मिळते.

४. ध्यानादरम्यान मनाला सूचना द्या, 'यावेळी मी ध्यानामध्ये रिकामा, रिक्त होण्यासाठी बसलो/बसली आहे.'

५. आत्ता तुम्ही तुमच्या मूळ अवस्थेत बसलेले आहात. या अवस्थेत, 'तुम्ही शरीर नाहीत' ही ध्यानाची प्रखर समज आहे. तुम्ही शरीर नाही, तर कोण आहात? ती कोणती अवस्था आहे? त्या अवस्थेमध्ये कोणते आयाम दिसताहेत? निर्विचार आयाम, जिथे समजतं, की विचार तुम्हाला येत नाहीत. विचार त्या यंत्रामध्ये येताहेत, ज्याच्या समोर तुम्ही बसलेले आहात. ही समज ठेवून ध्यानाच्या अथांगतेमध्ये जा.

६. ध्यानामध्ये बंद डोळ्यांनी आपली मूळ अवस्था, आपल्या असण्याची अवस्था जाणा. हेच तर ध्यानाचं सौंदर्य आहे! दिवसभरातील सगळी कामं करताना आपण आपली ही अवस्था विसरतो. आपण ऑफिसमध्ये कर्मचारी, घरात भाऊ-बहीण, पती-पत्नी, मुलांसमोर आई-वडील, बाहेर शेजारी आणि बाजारात ग्राहक बनतो. मौनामध्ये प्रवेश करताच आपली मूळ अवस्था प्रकटते. जे लोक ध्यानामध्ये म्हणजे आपल्या अंतःकरणातील मौनकक्षात जात नाहीत, ते कोणत्या गोष्टींपासून वंचित राहतात, हे त्यांना समजत नाही.

७. यानंतर ध्यानात, स्वतःचे विचार पाहून स्वतःलाच सांगा, 'मी निर्विचार अवस्था आहे. शरीरामध्ये सुरू असणारे विचार माझ्या समोर आहेत. या विचारांमुळेच मी 'स्व'चा अनुभव करू शकतोय. मला माझ्या असण्याचा अनुभव, माझ्या जिवंतपणाची जाणीव होतेय.'

८. या समजेसह शरीरामध्ये निर्माण होणारे विचार पाहा, 'हे खरोखरच सुरू आहेत की मला असं वाटतंय?' जसं, दोन झाडांदरम्यान एखादी आकृती तयार होते. तेव्हा ती आकृती प्रत्यक्षात असते, की आपल्याला तिचा भास होतो? या समजेसह ध्यानात बसा आणि जे विचार येताहेत; त्यांना साक्षी भावाने जाणत राहा. ध्यानामध्ये तुम्हाला जर ऑफिसचे विचार आले, तर म्हणा, 'मला वाटतंय, ऑफिसचे विचार सुरू आहेत... पण मी म्हणजे हे विचार नसून त्यांना जाणणारा आहे.'

९. ध्यानामध्ये पुढच्या पायरीवर स्वतःला सांगा, 'यावेळी मला अमुक अमुक माणसाबद्दल विचार येताहेत. जे विचार प्रत्यक्षात नाहीयेत. तसा विचार वाटतोय, जाणवतोय, त्या माणसाचा चेहराही दिसतोय. परंतु वास्तविक तो विचार नाहीये. केवळ वाटतोय.' तुम्ही निर्विचार अवस्था आहात. तुमची मूळ अवस्था (बॉटम लाइन) ही आहे, की तुम्ही आधीपासूनच निर्विचार आहात.

१०. निर्विचार अवस्थेमध्ये बसून राहा आणि येणाऱ्या प्रत्येक विचारावर स्वतःला आठवण करून द्या, की विचार येतोय, असं वाटतंय परंतु विचारच नाहीये. तुम्हाला वाटतंय, भूतकाळ किंवा भविष्यकाळाचे विचार सुरू आहेत, परंतु असं नाहीये. सत्य तर हे आहे, की ते विचारच नाहीयेत. तुम्ही आधीपासूनच निर्विचार अवस्थेत आहात.

लोक निर्विचार होण्यासाठी साधना करतात. वेगवेगळ्या विधींचा आधार घेतात. परंतु तुम्ही आधीपासूनच निर्विचार अवस्था आहात. केवळ वाटतंय, की हा विचार आला. तसं भलेही वाटू दे. परंतु दृढतेमुळे तुम्ही त्या विचारांमध्ये गुरफटणार नाही. तुम्ही स्वतःला सांगा, 'हे वाटतंय, प्रत्यक्षात नाहीये.'

जसा, अंधारात टांगलेला कोट एखाद्या माणसाचा, चोर असण्याचा आभास निर्माण करतो. परंतु प्रत्यक्षात तसं काही नसतं.

११. ध्यानामध्ये पुढे विचार येईल, 'अरे! कोणताही विचार येतच नाहीये.' तेव्हा म्हणा, 'असं वाटतंय, की कोणताही विचार येतच नाहीये, हा विचार आलाय खरा. परंतु असं नाहीये.'

१२. पुढे विचार येईल, 'किती मजा येतेय!' तेव्हा म्हणा, 'खरंतर मजा येतेय असा विचार आला, परंतु तो आला नाही.' या समजेसह हे विचार विलीन होऊ द्या.

१३. विचार आला, की 'मला समजत नाहीये' तर स्वतःला सांगा, 'मला वाटलं, हा विचार आला. परंतु तो विचार नव्हताच.' या अवस्थेचा आनंद घ्या. जसं, वाळवंटात पाणी दिसतं. परंतु प्रत्यक्षात नसतं. हे समजलं तर धावाधाव संपेल. त्याचप्रमाणे जे विचार चाललेत, ते नाहीच,

हे जेव्हा समजतं, तेव्हा त्या विचारांमुळे होणारं दुःख समाप्त होतं.

१४. *विचार आला, किती छान ध्यान आहे तर स्वतःला सांगा, 'मला वाटतंय, हा विचार आलाय की किती छान ध्यान आहे, जो नाहीचेय.'*

१५. *बोअरडमची भावना आली तर स्वतःला सांगा, 'मला वाटतंय बोअर होतंय, जे नाहीचंय', 'वाटतंय झोप येतेय, पण तसं नाहीचंय.'*

१६. *निर्विचार ध्यान सुरू ठेवा. शरीरात कुठे वेदना होत असेल तर स्वतःला सांगा, 'या वेदनेचं दुःख जर जाणवत असेल तर प्रत्यक्षात ते नाहीच.'*

१७. *कोणी प्रश्न विचारला, 'हे केल्यामुळे काय लाभ मिळेल?' तर स्वतःला आठवण करून द्या, 'हा प्रश्न विचारला असं मला वाटलं, वास्तवात कोणताही प्रश्न नाहीये', प्रत्येक प्रश्नापासून मुक्त व्हा.* ***तुम्हीच उत्तर आहात...*** *निर्विचार अवस्थाच उत्तर आहे.*

१८. *आतमध्ये एखादं गाणं सुरू आहे, एखादी कल्पना सुचली तर स्वतःला आठवण करून द्या, 'मला वाटलं हे गाणं सुरू आहे, अशी कल्पना सुचली. परंतु तसं नाहीये. मी पहिल्यापासूनच निर्विचार अवस्था आहे.'*

थोडा वेळ हे ध्यान सुरू ठेवा. नंतरच डोळे उघडा.

या ध्यानाच्या माध्यमातून तुम्ही निर्विचार अवस्थेत राहायला शिकाल. मनात जेव्हा विचारांचं वादळ निर्माण होईल, तेव्हा त्याच्याकडून हे ध्यान अवश्य करवून घ्या.

ध्यानाच्या पुस्तकाची समाप्ती इथेच होतेय. परंतु तुमची ध्यानयात्रा निरंतरतेने सुरूच आहे. या यात्रेचा अंत होऊ न देता, शक्य तितके पुढे जात राहा. ध्यानाची ही शुभयात्रा तुमच्यासाठी नेहमीच शुभ सिद्ध होईल. याच शुभेच्छेसह हे पुस्तक इथेच समाप्त होतंय. ही अपूर्व मौनाची पूर्वतयारी आहे...

धन्यवाद!

• • •

हे पुस्तक वाचल्यानंतर आपला अभिप्राय कृपया या पत्त्यावर अवश्य पाठवा.

Tej Gyan Global Foundation,

Pimpri Colony Post Office,

P. O. Box 25, Pune - 411 017. Maharashtra (India).

एक अल्प परिचय
सरश्री

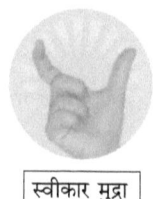

स्वीकार मुद्रा

सरश्रींचा आध्यात्मिक शोधाचा प्रवास त्यांच्या बालपणापासूनच सुरू झाला होता. हा शोध सुरू असतानाच त्यांनी अनेक प्रकारच्या पुस्तकांचं अध्ययन केलं. त्याचबरोबर या शोधकाळात त्यांनी अनेक ध्यानपद्धतींचा अभ्यासही केला. त्यांच्यातील या जिज्ञासेने त्यांना अनेक वैचारिक आणि शैक्षणिक संस्थांमध्ये जाण्यासाठी प्रेरित केलं. जीवनाचं रहस्य समजण्यासाठी त्यांनी **प्रदीर्घ काळ मनन करून आपलं शोधकार्य सातत्याने सुरू ठेवलं. या शोधातूनच त्यांना 'आत्मबोध' प्राप्त झाला.** आत्मसाक्षात्कारानंतर त्यांना जाणवलं, की **अध्यात्माचा प्रत्येक मार्ग ज्या शृंखलेने जोडलेला आहे, तो म्हणजे 'समज'** (Understanding). आत्मबोधप्राप्तीनंतर त्यांनी अध्यापनाचं कार्य थांबवलं आणि जवळ जवळ दोन दशकांहूनही अधिक काळ आपलं समस्त जीवन मानवजातीच्या कल्याणासाठी आणि आध्यात्मिक विकासासाठी अर्पण केलं.

सरश्री म्हणतात, ''सत्यप्राप्तीच्या सर्व मार्गांचा प्रारंभ जरी वेगवेगळ्या मार्गांनी होत असला, तरी सर्वांचा अंत मात्र एकच समज प्राप्त केल्याने होतो. ही **'समज'च सर्व काही असून ती स्वतःमध्ये परिपूर्ण आहे.** आध्यात्मिक ज्ञानप्राप्तीसाठी या 'समजे'चं श्रवणच पुरेसं आहे.'' ही समज प्रकाशमान करण्यासाठी आजपर्यंत त्यांनी **आध्यात्मिक विषयांवर तीन हजारांहून अधिक प्रवचनं दिली आहेत.** या प्रवचनांद्वारे ते अध्यात्मातील अतिशय गहन संकल्पना सहज, सुलभ आणि व्यावहारिक भाषेत समजावून सांगतात. समाजातील प्रत्येक स्तरावरील मनुष्य सरश्रींद्वारे सांगितल्या जाणाऱ्या या समजेचा लाभ घेऊ शकतो.

ही समज प्रत्येकाला आपल्या अनुभवातून प्राप्त व्हावी, यासाठी सरश्रींनी **'महाआसमानी परमज्ञान शिबिर'** आणि त्यासाठी आवश्यक असणारी कार्यप्रणाली (सिस्टिम) तयार केली. **तिचा लाभ आज लाखो लोक घेत आहेत.** या प्रणालीला

आय.एस.ओ. (ISO 9001:2015) प्रमाणपत्रही लाभलंय. या प्रणालीमुळेच अनेकांना सत्यमार्गावर वाटचाल करण्याची प्रेरणा मिळाली आहे. या समजेचा प्रचार आणि प्रसार करण्यासाठी त्यांनी 'तेजज्ञान फाउंडेशन' या आध्यात्मिक संस्थेचा पाया रचला. **'हॅपी थॉट्सद्वारे उच्चतम विकसित समाजाची निर्मिती करणे,'** हेच या संस्थेचं मुख्य उद्दिष्ट आहे.

विश्वातील प्रत्येक मनुष्य आज सरश्रींच्या मार्गदर्शनाचा लाभ घेऊ शकतो. त्यासाठी कोणत्याही धर्म, जात, उपजात, वर्ण, पंथ वा लिंग यांचं बंधन नसतं. विश्वाच्या प्रत्येक कानाकोपऱ्यांतील लोक आज 'तेजज्ञान'च्या अनोख्या ज्ञानप्रणालीचा (System for Wisdom) लाभ घेत आहेत. याच व्यवस्थेचा आणखी एक महत्त्वपूर्ण भाग म्हणजे, **दररोज सकाळी आणि रात्री ९ वाजून ९ मिनिटांनी लाखो लोक विश्वशांतीसाठी प्रार्थना करत आहेत.**

बेस्ट सेलर पुस्तक 'विचार नियम' शृंखलेचे रचनाकार म्हणूनही सरश्रींना ओळखलं जातं. **केवळ पाच वर्षांच्या कालावधीत या पुस्तकाच्या १ कोटीपेक्षा अधिक प्रती** वितरित झाल्या आहेत. याशिवाय आजवर त्यांनी विविध विषयांवर **१०० हून अधिक पुस्तकं लिहिली** आहेत. त्यांपैकी 'विचार नियम', 'स्वसंवाद एक जादू', 'शोध स्वतःचा', 'स्वीकाराची जादू', 'निःशब्द संवाद एक जादू', 'संपूर्ण ध्यान' इत्यादी पुस्तकं बेस्ट सेलर झाली आहेत. ही पुस्तकं दहापेक्षा अधिक भाषांमध्ये अनुवादित असून, पेंगुइन बुक्स, हे हाउस पब्लिशर्स, जैको बुक्स, मंजुळ पब्लिशिंग हाउस, प्रभात प्रकाशन, राजपाल ॲण्ड सन्स, पेंटागॉन प्रेस आणि सकाळ प्रकाशन इत्यादी प्रमुख प्रकाशन संस्थांद्वारे ती प्रकाशित झाली आहेत.

तेजज्ञान फाउंडेशन परिचय

तेजज्ञान फाउंडेशन आत्मविकासातून आत्मसाक्षात्कार प्राप्त करण्याचा एक मार्ग आहे. यासाठी सरश्रींद्वारा एक अनोखी बोधप्रणाली (System for Wisdom) निर्माण झाली आहे. या प्रणालीला आंतरराष्ट्रीय प्रमाणपत्राद्वारे ISO 9001:2015च्या आवश्यकतेनुसार आणि निकष पडताळून सरळ, व्यावहारिक आणि प्रभावी बनवलं गेलं आहे.

या संस्थेच्या प्रबोधनपद्धतीच्या भिन्न पैलूंना (शिक्षण, निरीक्षण आणि गुणवत्ता) स्वतंत्र गुणवत्ता परीक्षकांद्वारे (Quality Auditors) क्रमबद्ध पद्धतीने पडताळलं गेलं. त्यानंतर या पैलूंना ISO 9001:2015 साठी पात्र समजून या बोधपद्धतीला हे प्रमाणपत्र प्रदान करण्यात आलं.

या फाउंडेशनचे लक्ष्य आहे नकारात्मक विचारांकडून सकारात्मक विचारांकडे वाटचाल. सकारात्मक विचारांकडून शुभ विचारांकडे म्हणजे हॅपी थॉट्सकडे प्रगती. शुभ विचारांकडून निर्विचार अवस्थेकडे मार्गक्रमण आणि निर्विचार अवस्थेच्या अंती आत्मसाक्षात्कार प्राप्ती. 'मी सर्व विचारांपासून मुक्त व्हावे' हा विचार म्हणजे शुभ विचार (हॅपी थॉट्स). 'मी प्रत्येक इच्छेपासून मुक्त व्हावे', अशी इच्छा म्हणजे शुभ इच्छा.

तेजज्ञान म्हणजे ज्ञान व अज्ञान या दोहोंच्या पलीकडचे ज्ञान. पुष्कळ लोक सामान्य ज्ञानाच्या (General Knowledge) माहितीलाच ज्ञान मानतात. परंतु अस्सल ज्ञान आणि नुसती माहिती यांत फार मोठे अंतर आहे. आजमितीला लोक सामान्य ज्ञानाच्या उत्तरांनाच जास्त महत्त्व देतात. अशा ज्ञानाचे विषय म्हणजे कर्म आणि भाग्य, योग आणि प्राणायाम, स्वर्ग आणि नरक इत्यादी. आजच्या युगात सामान्यज्ञान प्राप्त करणारे लोक, शिक्षक मोठ्या प्रमाणावर आहेत; परंतु हे ज्ञान ऐकून जीवनात परिवर्तन घडून येत नाही. असे ज्ञान म्हणजे केवळ बुद्धिविलास आहे किंवा अध्यात्माच्या नावावर चाललेला बुद्धीचा व्यायाम आहे.

सर्व समस्यांवरील उपाय आहे तेजज्ञान. क्रोध, चिंता आणि भय यांपासून मुक्त जीवन म्हणजे तेजज्ञान. शारीरिक, मानसिक, सामाजिक, आर्थिक आणि आध्यात्मिक प्रगतीचा, सर्वांगीण प्रगतीचा मार्ग आहे तेजज्ञान. तेजज्ञान आपल्या अंतरंगात आहे. येथे या आणि या गोष्टीचा अनुभव घ्या.

आपल्याला असे ज्ञान हवे आहे, की जे सामान्य ज्ञानापलीकडे आहे, जे प्रत्येक समस्येवरील उत्तर आहे, जे प्रत्येक समजुतीपासून, गृहीत धारणांपासून आपल्याला मुक्त करते, ईश्वरी साक्षात्कार घडविते, अंतिम सत्यात स्थापित करते. आता वेळ आली आहे शाब्दिक, सामान्यज्ञानातून बाहेर येऊन तेजज्ञानाचा अनुभव घेण्याची!

आजवर जप-तप, तंत्र-मंत्र, कर्म-भाग्य, ध्यान-ज्ञान, योग-भक्ती असे अनेक मार्ग अध्यात्मात सांगितले आहेत. या सर्व मार्गांनी प्राप्त होणारी अंतिम समज, अंतिम ज्ञान, बोध एकच आहे. अंतिम सत्याच्या शोधकाला, साधकाला शेवटी जी एकच 'समज' प्राप्त होते, ती 'समज' श्रवणानेसुद्धा प्राप्त होऊ शकते. अशा समजप्राप्तीसाठी श्रवण करणे यालाच तेजज्ञान प्राप्त करणे म्हटले गेले आहे. तेजज्ञानाच्या श्रवणाने सत्याचा साक्षात्कार घडतो, ईश्वरीय अनुभव मिळतो. हेच तेजज्ञान सरश्री महाआसमानी शिबिरात प्रदान करतात.

महाआसमानी परमज्ञान
शिबिर परिचय आणि लाभ (निवासी)

तुम्हाला सर्वोच्च आनंद हवाय? असा आनंद, जो कोणत्याही बाह्य कारणावर अवलंबून नाही... जो प्रत्येक क्षणी वृद्धिंगत होतो. या जीवनात तुम्हाला प्रेम, विश्वास, शांती, समृद्धी आणि परमसंतुष्टी हवी आहे का? शारीरिक, मानसिक, सामाजिक, आर्थिक आणि आध्यात्मिक अशा आयुष्याच्या सर्व स्तरांवर यशस्वी होण्याची तुमची इच्छा आहे का? 'मी कोण आहे' हे तुम्हाला अनुभवाने जाणावंसं वाटतं का?

तुमच्या अंतर्यामी अशा सर्व प्रश्नांची उत्तरं जाणण्याची इच्छा आणि 'अंतिम सत्य' प्राप्त करण्याची तृष्णा असेल, तर तेजज्ञान फाउंडेशनतर्फे आयोजित 'महाआसमानी शिबिरा'त तुमचं स्वागत आहे. हे शिबिर सरश्रींच्या मार्गदर्शनावर आधारित आहे. सरश्री, आजच्या युगातील आध्यात्मिक गुरू असून, ते आजच्या लोकभाषेत अत्यंत सहजपणे आध्यात्मिक समज प्रदान करतात.

महाआसमानी परमज्ञान शिबिराचा उद्देश :

विश्वातील प्रत्येक मनुष्यानं 'मी कोण आहे', या प्रश्नाचं उत्तर जाणून तो सर्वोच्च

आनंदाच्या अवस्थेत स्थापित व्हावा, हाच या शिबिराचा मुख्य उद्देश आहे. प्रत्येकाला असं ज्ञान प्राप्त व्हावं, जेणेकरून त्यानं प्रत्येक क्षणी वर्तमानात जगण्याची कला आत्मसात करावी. तो भूतकाळाचं ओझं आणि भविष्याची चिंता यांतून मुक्त व्हावा. प्रत्येकाच्या आयुष्यात कधीही न संपणारा आनंद आणि योग्य समज यावी. शिवाय, प्रत्येकानं समस्या विलीन करण्याची कला आत्मसात करावी. थोडक्यात, मनुष्यजन्माचा उद्देश सफल व्हावा, हाच या शिबिराचा उद्देश आहे.

'मी कोण आहे? मी येथे का आहे? मोक्ष म्हणजे काय? या जन्मातच मोक्षप्राप्ती शक्य आहे का?' असे प्रश्न जर तुमच्या मनात असतील, तर त्यांवरील उत्तर आहे- 'महाआसमानी परमज्ञान शिबिर'.

महाआसमानी परमज्ञान शिबिराचे मुख्य लाभ :

वास्तविक या शिबिराचे लाभ तर असंख्य आहेत; पण त्यांपैकी मुख्य लाभ पुढीलप्रमाणे- * जीवनात शक्तिशाली ध्येय निश्चित होतं * 'मी कोण आहे' हे अनुभवाने जाणता येतं (सेल्फ रियलायजेशन) *मनाचे सर्व विकार विलीन होतात. *भय, चिंता, क्रोध, बोरडम, मोह, तणाव या नकारात्मक बाबींतून मुक्ती *प्रेम, आनंद, मौन, समृद्धी, संतुष्टी, विश्वास अशा दिव्य गुणांशी युक्ती *साधं, सरळ पण शक्तिशाली जीवन जगता येतं *प्रत्येक समस्येचं निराकरण करण्याची कला प्राप्त होते * 'प्रत्येक क्षणी वर्तमानात जगणं' हा तुमचा स्वभाव बनतो * आपल्यातील सर्व सकारात्मक शक्यता खुलतात *याच जीवनात मोक्षप्राप्ती होते

महाआसमानी परमज्ञान शिबिरात सहभागी कसं व्हाल?

या शिबिरात सहभागी होण्यासाठी तुम्हाला खालील बाबींची पूर्तता करायची आहे-

१) तुमचं वय कमीत कमी अठरा किंवा त्यापेक्षा अधिक असायला हवं.

२) सर्वप्रथम तुम्हाला 'सत्य-स्थापना' (फाउंडेशन ट्रुथ रिट्रीट) शिबिरात सहभागी व्हावं लागेल. या शिबिरात, तुम्ही प्रामुख्यानं दोन बाबी शिकाल- प्रत्येक क्षणी वर्तमानात जगण्याची कला कशी आत्मसात करावी आणि निर्विचार अवस्था कशी प्राप्त करावी.

३) प्राथमिक स्तरावर तुम्हाला काही प्रवचनं ऐकायची असून, त्यांतून तुम्ही मूलभूत समज आत्मसात कराल आणि महाआसमानी शिबिरात प्रवेश करण्यासाठी तयार व्हाल.

हे शिबिर साधारणपणे एक-दोन महिन्यांच्या अंतराने आयोजित करण्यात येतं. यात हजारो सत्यशोधक सहभागी होतात. या शिबिराची तयारी दोन पद्धतींनी करू शकता. पहिली पद्धत- मनन आश्रम, पुणे येथे ५ दिवसीय शिबिरात भाग घेऊ शकता. दुसरी पद्धत- तेजज्ञान फाउंडेशनच्या जवळच्या सेंटरवर जाऊन सत्यश्रवणाद्वारेही करू शकता. महाराष्ट्रात अहमदनगर, सातारा, औरंगाबाद, नाशिक, नागपूर, वर्धा, अमरावती, चंद्रपूर, यवतमाळ, कोल्हापूर, सांगली, रत्नागिरी, लातूर, बीड, नांदेड, परभणी, पनवेल, मुंबई, ठाणे, सोलापूर, पंढरपूर, जळगाव, अकोला, बुलढाणा, धुळे, भुसावळ आणि महाराष्ट्राबाहेर सुरत, अहमदाबाद, बडोदा, नवी दिल्ली, बेंगलुरू, बेळगाव, धारवाड, रायपूर, भुवनेश्वर, कोलकाता, रांची, लखनौ, कानपूर, चंदीगढ, जयपूर, चेन्नई, पणजी, म्हापसा, भोपाळ, इंदोर, इटारसी, हर्दा, विदिशा, बुऱ्हाणपूर या ठिकाणी महाआसमानी शिबिराची पूर्वतयारी करू शकता.

तेजज्ञान फाउंडेशनमध्ये उपलब्ध असणाऱ्या सरश्रीलिखित पुस्तकांचं वाचन करून तुम्ही या शिबिराची पूर्वतयारी करू शकता. याशिवाय, तुम्ही रेडिओ किंवा यू ट्युबवरील सरश्रींच्या प्रवचनांचा लाभही घेऊ शकता. पण लक्षात घ्या, पुस्तकांतील ज्ञान, रेडिओ आणि यू ट्युबवरील प्रवचनं म्हणजे 'तेजज्ञानाची तोंडओळख' आहे; 'संपूर्ण तेजज्ञान' मुळीच नाही. तुम्ही महाआसमानी शिबिरात सहभागी होऊनच तेजज्ञानाचा आनंद घेऊ शकता. तेव्हा आगामी महाआसमानी शिबिरात सहभागी होण्यासाठी आजच संपर्क करा- 09921008060/75, 9011013208

महाआसमानी परमज्ञान शिबिरस्थान :

हे शिबिर पुण्यातील मनन आश्रम येथे आयोजित केलं जातं. येथे तुमच्या निवासाची आणि भोजनाची व्यवस्था केली जाते. तुम्हाला काही शारीरिक व्याधी असतील आणि त्यासाठी जर तुम्ही नियमितपणे औषधं घेत असाल, तर शिबिरात येताना ती सोबत बाळगावीत. शिवाय, वातावरणानुसार गरम कपडे, स्वेटर, ब्लँकेटही आणावं.

पुणे शहरापासून १७ किलोमीटर अंतरावर अत्यंत निसर्गरम्य परिसरात मनन आश्रम वसलेला आहे. आश्रमात महिला आणि पुरुष यांच्या निवासाची स्वतंत्र व्यवस्था असून येथे जवळपास ८०० लोकांच्या राहण्याची व्यवस्था आहे. आपण हवाईमार्ग, हायवे किंवा रेल्वे अशा कोणत्याही मार्गाने पुण्यात येऊ शकता.

मनन आश्रम : मनन आश्रम, पुणे, सर्व्हे नं. ४३, सणस नगर, नांदोशी गाव, किरकटवाडी फाटा, तालुका- हवेली, जिल्हा-पुणे-४११०२४. फोन : 09921008060

'सरश्रीं'द्वारे रचित इतर पुस्तकं

सरश्री

पृष्ठसंख्या : १५२
मूल्य : ₹ १४०

Also
available in Hindi

आध्यात्मिक उपनिषद
सत्याच्या साक्षीने जन्मलेल्या २४ कथा

सत्यरूपी एक वाक्यही आपल्या अंतरंगातील कबीरत्व प्रकट करू शकतं... द्रोणाचार्यांची एक मूर्तीही एकलव्यातील तेजाची निर्मिती करू शकते... तसंच एक मनन संकेतसुद्धा आपल्या आयुष्यात परिवर्तन घडवू शकतो... केवळ आपल्यात ग्रहणशीलता आणि मननाद्वारे मोती वेचण्याची कला असायला हवी. आपल्याला जर ही कला साधली नसेल, तर असीम ज्ञानही छिद्र असलेल्या बादलीत भरलेल्या पाण्याप्रमाणे वाहून जाईल. मनुष्य जेव्हा आपल्या चुकांबाबत मनन करून त्यातून बोध प्राप्त करतो, आपल्या कुप्रवृत्तीबाबत मनन करून, ते नष्ट करण्यासाठी कार्यरत राहतो, तेव्हाच तो त्यातून मुक्त होऊ शकतो. अनायासपणे क्रिया सुरू होऊन मुक्तीची अवस्था प्रकट व्हावी आणि प्रत्येक रहस्याचा उलगडा व्हावा, इतकं आपलं मनन सखोल असायला हवं.

सरश्री

पृष्ठसंख्या : १४४
मूल्य : ₹ १४०

Also
available in Hindi

अंतर्मनाच्या शक्तीपलीकडील आत्मबळ

अंतर्मनाच्या शक्तीमागे कोणते आत्मबळ कार्यरत असते, याचा उलगडा प्रस्तुत पुस्कात करण्यात आला आहे. या पुस्तकामुळे तुम्हाला आरोग्य, ज्ञान, शांती, कला, कौशल्य आणि समृद्धी प्राप्त करण्याचे रहस्य तर उमगेलच; पण त्याहीपलीकडे गवसेल, आत्मबळाचे वरदान!

याशिवाय प्रस्तुत पुस्तकात समाविष्ट आहे : *अंतर्मनाला कसे आणि का प्रशिक्षित करावे? *अंतर्मनापलीकडे असणाऱ्या, आत्मबळ प्रदान करतील अशा पाच शक्ती *आत्मबळाच्या आधारे अशक्यप्राय ध्येय पूर्ण कसे करावे? *भावना कशा हाताळाव्यात? *ऊर्जा एकाग्रित कशी करावी? *स्वयंशिस्त, धैर्य आणि सहनशीलता आत्मसात कशी करावी? थोडक्यात, या पुस्तकात सामावले आहे अंतर्मनाच्या शक्तीने सामर्थ्यशाली बनण्याचे रहस्य.

तेजज्ञान इंटरनेट रेडिओ

तेजज्ञान इंटरनेट रेडिओद्वारे २४ तास ३६५ दिवस, सरश्रींच्या प्रवचन आणि भजनांचा लाभ घ्या. त्यासाठी पाहा लिंक –
http://www.tejgyan.org internetradio.aspx

विविध भारती F.M. वर दर रविवारी
सकाळी १०:०५ ते १०:१५ वा.

नोट : *या कार्यक्रमांच्या वेळेत बदल झाल्यास नोंद ठेवावी.*

---

www.youtube.com/tejgyan च्या साहाय्यानेदेखील सरश्रींच्या प्रवचनांचा लाभ घेऊ शकता.
For online shoping visit us - www.tejgyan.org, www.gethappythoughts.org

---

e-books

The Source • Celebrating Relationships • The Miracle Mind • Everything is a Game of Beliefs • Who am I now • Beyond Life • The Power of Present • Freedom from Fear Worry Anger • Light of grace • The Source of Health and many more.
Also available in Hindi at gethappythoughts.org

आपणास हवी असलेली पुस्तकं घरपोच मिळण्यासाठी मनीऑर्डर पाठवा. ही पुस्तकं आमच्या खर्चाने रजिस्टर्ड पोस्ट, कुरिअर आणि व्ही.पी.पी.द्वारे पाठवली जातील. त्यासाठी खालील पत्त्यावर संपर्क साधावा.

वॉव पब्लिशिंग्ज् प्रा. लि.

*रजिस्टर्ड ऑफिस : E- 4, वैभव नगर, तपोवनमंदिराजवळ, पिंपरी, पुणे -४११०१७

* पोस्ट बॉक्स नं. ३६, पिंपरी कॉलनी, पोस्ट ऑफिस, पिंपरी-पुणे - ४११०१७

फोन नं. : 09011013210 / 9146285129

आपण पुस्तकांची ऑर्डर ऑनलाईनही देऊ शकता.

लॉग इन करा - www.gethappythoughts.org

५०० रुपयांहून अधिक किमतीची पुस्तकं मागवल्यास १०% सूट मिळेल आणि डिलिव्हरी फ्री.

तेजज्ञान फाउंडेशनच्या मुख्य शाखा

पुणे : (रजिस्टर्ड ऑफिस)

विक्रांत कॉम्प्लेक्स, तपोवन मंदिराजवळ, पिंपरी,
पुणे : ४११ ०१७.
फोन : (०२०) २७४१२५७६, २७४११२४०

मनन आश्रम :

सर्व्हे नं. ४३, सणस नगर, नांदोशी गांव,
किरकटवाडी फाटा, तालुका : हवेली,
जि. पुणे: ४११ ०२४. फोन : ०९९२१००८०६०

आपण कोण आहोत, हे जाणण्यासाठी आणि आपल्याला आपल्या वास्तविक स्वरूपावर म्हणजेच प्रेम, आनंद, मौन यांमध्ये स्थापित करण्यासाठी ध्यान मदत करतं. आपल्याला जर ध्यानाचा वास्तविक अनुभव घेण्याची इच्छा असेल, तर पुढे दिलेल्या लिंकवर क्लिक करून ध्यानाचा लाभ घ्यावा.

हे ॲप Apple ios प्लॅटफॉर्मवरदेखील उपलब्ध आहे. **यात आहेत -**

Voice of Happy Thoughts
Dhyan • Pravachan • Bhajan • Yoga

- **६ तासांपेक्षा** जास्त वेळाचे **योगाचे व्हिडिओ**
- **६२** पेक्षाही अधिक **भजनं**
- **मोफत ध्यान**

For Subscription :

http://tgf.ngo/yogaaurbhajan
Email: helpdesk@tejgyan.org or
Contact: +91 7447797317 (Mon to Sat : 10 AM to 6 PM)

U R Meditation App
Android Play Store:
https://play.google.com/store/apps/details?id=com.wowppl.urmeditation

Apple App Store:
https://itunes.apple.com/us/app/u-r-meditation/id604134073?ls=1&mt=8

www.ingramcontent.com/pod-product-compliance
Ingram Content Group UK Ltd.
Pitfield, Milton Keynes, MK11 3LW, UK
UKHW041950230426
12048UKWH00008B/258

9 788184 154474